# ஜப்பான் நாட்டு குழந்தைகளுக்குப் பிடித்த கதைகள்

## பாகம்-2

தொகுப்பு : புளோரன்ஸ் சகேட்

தமிழில் : சூ.ம.ஜெயசீலன்

Japan Nattu Kuzhanthaikalukku Piditha Kathaigal  Part 2

**Su.Ma. Jeyaseelan**
First Edition: September, 2022

**Published by**

**BOOKS  FOR  CHILDREN**
*im print of Bharathi Puthakalayam*
7, Elango Salai, Teynampet, Chennai - 600 018
Email: bharathiputhakalayam@gmail.com | www.thamizhbooks.com

**ஜப்பான் நாட்டு குழந்தைகளுக்குப் பிடித்த கதைகள்** பாகம் 2

சூ.ம.ஜெயசீலன்

முதல் பதிப்பு: செப்டம்பர், 2022

**வெளியீடு**

புக்ஸ் ஃபார் சில்ரன்
*பாரதி புத்தகாலயத்தின் ஓர் அங்கம்*
7, இளங்கோ சாலை, தேனாம்பேட்டை, சென்னை-600 018
தொலைபேசி : 044- 24332424, 24330024 | விற்பனை: 24332924

**விற்பனை நிலையம்**

7, இளங்கோ சாலை, தேனாம்பேட்டை, சென்னை-  600 018

அருப்புக்கோட்டை: கதவுஎண் 49 A/4 மெயின் ரோடு, தெற்கு தெரு - 9994173551
ஈரோடு: 39: 39 ஸ்டேட் பாங்க் சாலை - 9245448353
கரூர்: நாரத கானசபா அருகில்  (TNGEA OFFICE)- 9442706676
காரைக்குடி : 12, 2 வது தெரு, கம்பன் மணிமண்டபம் பின்புறம் - 9443406150
கும்பகோணம்: 352, ரயில் நிலையம் எதிரில் - 9443995061
குன்னூர்: N.K.N வணிக வளாகம் பெட்போர்ட்
கோவை: 77, மசக்காளிபாளையம் ரோடு, பீளமேடு - 8903707294
சிதம்பரம்: 22A / 18B தேரடி கடைத் தெரு, கீழவீதி அருகில் - 9994399347
செங்கல்பட்டு: 1 D ஜி.எஸ்.டி சாலை - 044 27426964 | சேலம்: 15, வித்யாலயா சாலை சாலை
சேலம்: பாலம் 35, அத்வைத ஆஸ்ரமம் சாலை 0427 2335952
தஞ்சாவூர்: காந்திஜி வணிக வளாகம் காந்திஜி சாலை - 9655542400
திண்டுக்கல்: பேருந்து நிலையம் - 9942331105, 9976053719
திருச்சி: வெண்மணி இல்லம், கரூர் புறவழிச்சாலை - 9994289492
திருநெல்வேலி: 25A, ராஜேந்திரநகர் - 9442149981 | திருப்பூர்: 447, அவினாசி சாலை - 9486105018
திருவண்ணாமலை: முத்தம்மாள் நகர் | திருவல்லிக்கேணி: 48, தேரடி தெரு - 9444428358
திருவாரூர்: 35, நேதாஜி சாலை - 9442540543 | நாகர்கோவில்: 699 கே.பி.ரோடு R.V.புரம் - 9443450111
நெய்வேலி: பேருந்து நிலையம் அருகில், - 9443659147 | பழனி: பேருந்து நிலையம் அருகில் - 9442883696
பாண்டிச்சேரி : கிழக்கு கடற்கரைச்சாலை, இலாசுப்பேட்டை, 9486102777
பெரம்பூர்: 52, கூக்ஸ் ரோடு - 9444373716 | மதுரை: 37A, பெரியார் பேருந்து நிலையம் - 045 22324674
மதுரை: சர்வோதயா மெயின்ரோடு
வடபழனி: பேருந்து நிலையம் எதிரில் அடையார் ஆனந்தபவன் மாடியில் - 9444476967
விருதுநகர்: 131, கச்சேரி சாலை - 0456 2245300 | வேலூர்: பேஸ் III, சத்துவாச்சாரி - 9442553893

நினைத்த நூல்கள்... நினைத்த நேரத்தில்...            ▶ BharathiTV | www.bookday.in

thamizhbooks.com          Ⓦ 8778073949

ரூ.100/-

அச்சு : பிரிண்டெக், சென்னை - 600 005.

# சூ.ம.ஜெயசீலன்

வாசிப்புப் பழக்கத்தையும் எழுதும் ஆர்வத்தையும் மாணவர்களிடம் கொண்டு செல்லும் எழுத்தாளர் மற்றும் மொழிபெயர்ப்பாளர். இந்து தமிழ் திசை நாளிதழ், காமதேனு, யாவரும், கனலி, கலகம் போன்ற இதழ்களிலும், இணையதளங்களிலும் இவரின் கட்டுரைகள், சிறுகதைகள் மற்றும் மொழிபெயர்ப்புச் சிறுகதைகள் வெளிவந்துள்ளன.

இவரின் 'இது நம் குழந்தைகளின் வகுப்பறை' நூல், சென்னை புத்தகத் திருவிழா 2017-இல் சிறந்த கல்வி நூல் விருது பெற்றது. மேலும், கல்வியியல் பாடத்திட்டத்தில் *EPC – Reading and Reflecting on Texts* பிரிவில் இடம் பெற்றுள்ளது.

மங்கலக்குடி வழி,
ஆண்டாவூரணி – 623308,
இராமநாதபுரம் மாவட்டம்.
பேச & புலனம்: +91 9600 45 7040
மின்னஞ்சல்: sumajeyaseelan@gmail.com

# கதை உலகம்

01

# மந்திரத் திருகை

ஒருகாலத்தில், ஜப்பானில் உள்ள சிறு கிராமத்தில் இரண்டு சகோதரர்கள் சேர்ந்து வாழ்ந்தார்கள். மூத்த சகோதரர் எப்போதுமே மிகவும் கஷ்டப்பட்டு உழைத்தார். இளைய சகோதரர் சோம்பேரியாக, எதற்குமே பயனில்லாதவராக இருந்தார்.

ஒருநாள், மூத்த சகோதரர் வேலை செய்ய மலைக்குச் சென்றார். வேலை செய்துகொண்டிருந்தபோது, வயதான ஒருவர் வந்து, கோதுமையையும் அரிசியையும் மாவாக அரைக்கப் பயன்படும் திருகை ஒன்றைக் கொடுத்தார்.

"இது மந்திரத் திருகை. நீ எது கேட்டாலும் கிடைக்கும். தயவுசெய்து வீட்டுக்கு எடுத்துச் செல்" என்றார் வயதானவர்.

மிகவும் மகிழ்ந்த மூத்த சகோதரர் திருகையை எடுத்துக்கொண்டு வீட்டுக்கு விரைந்தார்.

"தயவு செய்து, எங்களுக்கு அரிசி கொடு. எங்களுக்கு அரிசி வேண்டும்" சொல்லிக்கொண்டே திருகையில் இருந்த கம்பைப் பிடித்து சுற்றினார். உடனே அரிசி வந்தது. நிறைய வந்து குவிந்தது. நிறைய இருந்ததால், கிராமத்திலிருந்த ஒவ்வொருவருக்கும் அரிசி கொடுத்தார்.

"இது அற்புதமானது. பெரிய உதவி. மிக்க நன்றி" கிராமத்தினர் அனைவரும் மிகவும் மகிழ்ந்தார்கள்; சோம்பேறியான இளைய சகோதரரைத் தவிர!

"என்னிடம் மந்திரத் திருகை இருந்திருந்தால் இன்னும் சிறப்பாக பயன்படுத்தியிருப்பேன்" என்று தனக்குள்ளேயே இளைய சகோதரர் முணுமுணுத்தார். ஒருநாள், மந்திரத் திருகையைத் திருடிக்கொண்டு ஓடிவிட்டார்.

"கடலுக்குச் சென்றால் யாராலும் என்னைப் பிடிக்க முடியாது" என்று கடற்கரைக்கு ஓடும்போது நினைத்தார்.

கடற்கரைக்குச் சென்றதும் சிறிய படகைப் பார்த்தார். அதை எடுத்துக்கொண்டு மிக விரைவாக துடுப்பு போட்டு கடலுக்குள் சென்றார். விரைவிலேயே வெகுதூரத்திற்கு பெரிய அலைகளுக்கு நடுவே சென்றார்.

படகை நிறுத்திவிட்டு, "திருகையிடம் என்ன கேட்கலாம்?" என யோசிக்கத் தொடங்கினார். "யோசித்துவிட்டேன்! நல்ல சுவையான சிறிய கேக்குகள் நிறைய கேட்கலாம்." கம்பைப் பிடித்துத் திருகையை சுற்றத் தொடங்கினார். "எனக்கு கேக்கு

கொடு. எனக்கு கேக்கு கொடு." திருகையிலிருந்து நிறைய வெள்ளை நிற கேக்குகள் சுழன்று வெளியே வந்தன.

"ஆஹா! எவ்வளவு கேக்குகள் உள்ளன! பார்க்கவே நன்றாக உள்ளது" என்று சொல்லிவிட்டு ஒவ்வொன்றாகத் தின்றார். நிறைய சாப்பிட்டுவிட்டதால், நாவில் உள்ள அதீத சுவையை மாற்ற கொஞ்சம் உப்புள்ள பொருள் ஏதாவது கிடைத்தால் நன்றாக இருக்குமே என்று நினைத்தார்.

திருகையை மீண்டும் சுற்றினார், "இந்த முறை உப்பு கொடு. எனக்கு உப்பு வேண்டும். எனக்கு உப்பு வேண்டும்" என்றார். திருகையிலிருந்து உப்பு கொட்டியது. அனைத்தும் வெள்ளை வெளேரென்று

மின்னியது. உப்பு தொடர்ந்து வந்துகொண்டே இருந்தது.

"போதும். எனக்கு போதுமானது உள்ளது. போதும்" என்று கத்தினார். ஆனால், உப்பு வந்துகொண்டே இருந்தது... படகு நிறைந்து கனம் ஏறியது. அப்போதும் உப்பு வந்துகொண்டே இருந்தது. படகு முழுவதும் நிறைந்ததால் படகு மூழ்கத் தொடங்கியது. மூழ்கிய வேளையிலும், "போதும் போதும்" என்று கத்திக்கொண்டே இருந்தார்.

ஆனால், நிறுத்தாமல் திருகை தொடர்ந்து உப்பு கொடுத்துக்கொண்டே இருந்தது. கடலுக்கு அடியில் சென்ற பிறகும், தற்போதுவரை கொடுத்துக்கொண்டே இருக்கிறது. அதனால்தான் கடல் நீர் உப்பாக இருக்கிறது.

02

# பூனையை எப்படி ஏமாற்றுவது?

ஒருகாலத்தில், விலங்குகளின் சிற்பங்களைச் சேகரிக்கும் பணக்கார அரசர் வாழ்ந்தார். பல விலங்குகளின் சிற்பங்கள் இருந்தாலும், சுண்டெலி சிற்பம் அவரிடம் இல்லை. எனவே, திறமையான இரண்டு சிற்பிகளை அழைத்து, "நீங்கள் ஒவ்வொருவரும் எனக்கொரு சுண்டெலியைச் செதுக்கி வாருங்கள். உயிரோடு இருப்பதுபோல் அவை இருக்கவேண்டும். உண்மையான சுண்டெலி என நினைத்து என்னுடைய பூனை அதன்மீது தாவ வேண்டும். இரண்டையும் நாம் அருகருகே வைத்து எந்த சுண்டெலியின்மீது முதலில் தாவுகிறது என பார்ப்போம். அந்த சுண்டெலியைச் செதுக்கியவருக்கு பை நிறைய தங்கம் தருவேன்" என்றார்.

சிற்பிகள் இருவரும் தங்கள் வீடுகளுக்குச் சென்று வேலையைத் தொடங்கினார்கள். சில

நாட்களுக்குப் பிறகு திரும்பி வந்தார்கள். மரத்தினால் மிக அற்புதமான சுண்டெலியை ஒருவர் செதுக்கியிருந்தார். மிகச் சிறப்பாகச் செய்யப்பட்ட அச்சிற்பம், அப்படியே தத்ரூபமாக சுண்டெலிபோலவே இருந்தது. மற்றவர் மிகவும் மோசமாகச் செதுக்கியிருந்தார். வேடிக்கையாகவும் செதில்களாகவும் இருக்கும் சில பொருட்களை அவர் பயன்படுத்தியிருந்தார்; அது சுண்டெலி போலவே இல்லை.

"என்ன இது? மரத்தால் செய்யப்பட்ட சுண்டெலி, அற்புதமான சிற்ப வேலைப்பாடுடையதாக இருக்கிறது. ஆனால் இந்த மற்றொரு சுண்டெலி – இது உண்மையில் சுண்டெலியாக இருந்தால் – யாரையும் ஏமாற்றப்போவதில்லை, பூனையையும் ஏமாற்றப்போவதில்லை" என்றார் அரசர்

"பூனையை உள்ளே கொண்டு வாருங்கள். எந்த சுண்டெலி சிறந்தது என அது முடிவு செய்யட்டும்" என்றார் இரண்டாவது சிற்பி.

இது முட்டாள்தனமானது என அரசர் நினைத்தார். ஆனாலும், பூனையைக் கொண்டுவருமாறு ஆணையிட்டார். அறைக்குள் வந்தவுடனேயே

மோசமாக செதுக்கப்பட்ட சுண்டெலியின் மீது பூனை பாய்ந்தது. சிறப்பாக செதுக்கப்பட்ட சுண்டெலியைக் கண்டுகொள்ளவே இல்லை.

திறமையற்ற சிற்பிக்கு தங்கம் கொடுப்பதைத் தவிர வேறு வழியே அரசருக்கு இல்லை. ஆனால், தங்கத்தைக் கொடுக்கும்போது, "சரி, இப்போது தங்கம் உனக்குத்தான். இச்சிற்பத்தை எப்படி செய்தாய் என சொல்" என்று கேட்டார்.

"இது மிகவும் எளிது அரசரே! நான் என் சுண்டெலியை மரத்தால் செய்யவில்லை. கருவாட்டினால் செய்தேன். எனவேதான், மிக வேகமாக பூனை பாய்ந்தது" என்றார்.

பூனையும் மற்ற அனைவரும் எப்படி ஏமாற்றப்பட்டார்கள் என்பதை அறிந்த அரசருக்கு சிரிப்பதைத் தவிர வேறு வழியில்லை. விரைவிலேயே, அரசவையில் இருந்த அனைவரும் தங்கள் இடுப்பைப் பிடித்துக்கொண்டு வெடித்துச் சிரித்தார்கள்.

"சரி, அப்படியென்றால் நான் உங்களுக்கு இரண்டு பை தங்கம் தர வேண்டும். ஒன்று, மிகச் சிறப்பாகச் செதுக்கிய சிற்பிக்கு, மற்றொன்று மிக புத்திசாலித்தனமாகச் செதுக்கிய உனக்கு. மரத்தால் செய்யப்பட்ட சுண்டெலியை நான் வைத்துக்கொள்கிறேன். மற்றொன்றை பூனை சாப்பிடட்டும்" என்றார்.

## 03

# பறவை நாகத்தின் கண்ணீர்

தொலைதூரத்தில் உள்ள விசித்திரமான ஒரு நாட்டில் பறவை நாகம் வாழ்ந்தது. பறவை நாகத்தின் வீடு ஆழமான மலைக் குகையில் இருந்தது. அங்கிருந்து அதன் கண்கள் ஹெட்லைட்ஸ் போல ஒளிர்ந்தன. அருகில் வாழும் மக்கள் சிலர் மாலை நேரத்தில் குளிர்காய்வதற்காக நெருப்புக்கு அருகே அடிக்கடி கூடுகையில், ஒருவர் சொல்வார், "என்னே பயங்கரமான பறவை நாகம் நமக்கு அருகே வசிக்கிறது!" மற்றொருவர் சொல்வார், "யாராவது அதைக் கொல்ல வேண்டும்."

பறவை நாகத்தைப் பற்றிச் சொன்னபோதெல்லாம் குழந்தைகள் பயந்தார்கள். ஆனால், சிறிதுகூட பயப்படாத

சிறுவன் ஒருவன் அங்கே இருந்தான். அக்கம்பக்கம் இருந்த அனைவரும், "இவன் வேடிக்கையான பையன் அல்லவா?" எனச் சொல்வதுண்டு. வேடிக்கையான பையனின் பிறந்தநாள் நெருங்கி வருகையில் அவனது அம்மா கேட்டார்,

"உன்னுடைய பிறந்தநாள் கொண்டாட்டத்துக்கு யாரை அழைக்க விரும்புகிறாய்?"

குட்டிப் பையன் சொன்னான், "அம்மா, பறவை நாகத்தை அழைக்க விரும்புகிறேன்"

மிகவும் வியப்படைந்த அவனது அம்மா, "நகைச்சுவைக்காக சொல்கிறாயா?" என்றார்.

"இல்லை. நான் உண்மையாகத்தான் சொல்கிறேன். நான், பறவை நாகத்தை அழைக்க விரும்புகிறேன்" மிகவும் உறுதியாகச் சொன்னான் சிறுவன்.

சொன்னதுபோலவே, பிறந்தநாளுக்கு முந்தையநாள் வீட்டிலிருந்து தெரியாமல் மெல்ல புறப்பட்டான். நடந்தான், நடந்தான், பறவை நாகம் வாழும் மலைக்குச் செல்லும்வரை வெகுதூரம் நடந்தான்.

பள்ளத்தாக்கில், "திரு. பறவை நாகம்! திரு. பறவை நாகம்" என்று உரத்த குரலில் அழைத்தான்.

"என்ன விஷயம்? ஏன் என்னை கூப்பிடுகிறாய்?" தன் குகையிலிருந்து வந்துகொண்டே பறவை நாகம் உறுமியது. சிறுவன் சொன்னான், "நாளை எனக்கு பிறந்தநாள். தின்பதற்கு நிறைய நல்ல உணவுகள் அங்கே இருக்கும். தயவுசெய்து, என்னுடைய விருந்துக்கு வாருங்கள். உங்களை அழைப்பதற்காக இவ்வளவு தூரம் வந்துள்ளேன்" என்றான்.

முதலில் பறவை நாகத்தால் அதன் காதுகளை நம்ப முடியவில்லை. தொடர்ந்து உறுமிக்கொண்டே இருந்தது. ஆனால், சிறுவன் அஞ்சவேயில்லை. தொடர்ந்து கூப்பிட்டுக்கொண்டே இருந்தான், "தயவுசெய்து, திரு. பறவை நாகம், தயவுசெய்து என் விருந்துக்கு வாருங்கள்."

இறுதியில், 'சிறுவன் தான் என்ன சொல்கிறான் என்பதை அறிந்துதான் சொல்கிறான். என்னை அவனது பிறந்தநாள் விருந்துக்கு அழைக்கிறான்' என்று பறவை நாகம் உணர்ந்தது.

அதன்பிறகு, உறுமுவதை நிறுத்திய பறவை நாகம் அழத் தொடங்கியது. "என்னே ஒரு மகிழ்ச்சி எனக்கு வாய்த்துள்ளது!" தேம்பியவாறே, "இதுபோன்ற அன்பான அழைப்பை நான் இதற்கு முன்பு ஒருபோதும் பெற்றதே இல்லை" என்று சொன்னது.

பறவை நாகத்தின் கண்ணீர் வடிந்தது, வடிந்தது, கடைசியில் ஒரு ஆறாக மாறும்வரை வடிந்தது. பறவை நாகம் சொன்னது, "வா, வந்து என் முதுகில் ஏறு. உன் வீட்டுக்கு நான் உன்னை அழைத்துச் செல்கிறேன்."

மூர்க்கமான பறவை நாகத்தின் முதுகில் சிறுவன் தைரியமாக ஏறினான். தன் கண்ணீர் நதியில் பறவை நாகம் நீந்திச் சென்றது. சென்றுகொண்டிருந்தபோது, சில மாயாஜாலத்தில் அதன் உடலின் வடிவத்தையும் அளவையும் மாற்றியது. அந்தச் சிறுவன், "பறவை நாக நீராவிப் படகின்" மாலுமியாக மாறி, வீட்டை நோக்கி ஆற்றின் வழியே தைரியமாகப் பயணம் செய்தான்.

04

## உருளும் அரிசி கேக்

வெகுகாலத்துக்கு முன்பு, ஒரு தாத்தாவும் பாட்டியும் வாழ்ந்தார்கள். ஒருநாள் தாத்தா, "நான் கொஞ்சம் விறகு வெட்டப் போகிறேன். என் மதிய உணவுக்காக, சிறிது அரிசி கேக்குகள் செய்து தர முடியுமா" என்று கேட்டார். பாட்டி அரிசி கேக்குகள் செய்து, தாத்தாவின் மதிய உணவு டப்பாவில் வைத்தார். அதை எடுத்துக்கொண்டு, வீட்டிலிருந்து தாத்தா புறப்பட்டார்.

காட்டுக்குள் வெகுதூரம் சென்ற தாத்தா காலை முழுவதும் விறகு வெட்டினார். மதியம் வந்ததும், சாப்பிட அமர்ந்து மதிய உணவு டப்பாவைத் திறந்தார். அப்போது, "என் மனைவியின் சுவையான அரிசி கேக்குகள் இது" என்றார்.

திடீரென்று, "ஐயோ!" என்று கத்தினார். ஏனென்றால் அரிசி கேக் ஒன்று டப்பாவிலிருந்து விழுந்து, உருண்டு ஓடியது. ஓடிய கேக், நிலத்தில் இருந்த குழிக்குள் சிறு சத்தத்துடன் விழுந்தது.

குழியை நோக்கி தாத்தா ஓடினார். குழிக்குள் மெல்லிய குரலில் பாட்டு பாடுகிற சத்தம் கேட்டது. "கீழே என்ன நடக்கிறது?" தனக்குத்தானே கேட்டுக்கொண்டார், "இன்னுமொரு அரிசி கேக்கை உள்ளே போடுவோம்."

இரண்டாவது அரிசி கேக்கை குழிக்குள் போட்டதும், தரையோடு காதை வைத்தார். அப்போது, பாடலின் வார்த்தைகளை அவரால் கேட்க முடிந்தது. மெல்லிய குரலில் வந்த பாடல் இதுதான்

**அரிசி கேக், அரிசி கேக்,**

**நல்ல, பெரிய அரிசி கேக்,**

**உருண்டு, உருண்டு, உருண்டு, விழுந்தது!**

"ஆகா! என்னே அருமையான பாடல்!" என்று நினைத்துக்கொண்டே, அரிசி கேக்குகள் அனைத்தையும் குழிக்குள் போட்டுக்கொண்டிருந்தார். பிறகு, குழிக்குள் பார்ப்பதற்காக, நன்கு வளைந்து குனிந்தார்.

திடீரென்று, "உதவி! உதவி!" என்று கத்தினார். ஆனால், அதற்குள் உள்ளே விழுந்து, இங்குமங்கும் இடித்துக்கொண்டு, உருண்டு, குழியின் அடிப்பகுதிக்குச் சென்றுவிட்டார்.

அங்கே, குழியின் ஆழத்தில் நூற்றுக்கணக்கான வயல் எலிகளைப் பார்த்தார். இவரது அரிசி கேக்குகள் அனைத்தையும் தின்றுவிட்டு, அடைந்து கிடந்த எலிகள் மீண்டும் பாடின.

எலிகளின் தலைவர், "வயதானவரே! மிகவும் சுவையான அசிரி கேக்குகளுக்கு நன்றி. எங்கள் நன்றியைக் காட்டும் விதமாக, இந்த அரிசி பையை நாங்கள் உங்களுக்குத் தருகிறோம்." என்று சொன்னது. பிறகு, முதியவருக்கு, உப்பிய பண பை போல, சிறிய பை நிறைய அரிசி கொடுத்தது எலி.

"சென்று வாருங்கள், உருளுகிற முதியவரே!" என்று சொல்லி எல்லா எலிகளும் மற்றொரு பாடல் பாடின:

அன்பான மனிதர், அரிசி மனிதர்,
அன்பான, பெரிய எலி மனிதர்,
உருண்டு, உருண்டு, உருண்டு – மேலேறினார்!

அவைகள் பாடிக்கொண்டிருந்தபோது, மேல் நோக்கி உருண்டு, குழியிலிருந்து வெளியேறியதை தாத்தா உணர்ந்தார்.

குழியிலிருந்து மேலே வந்த தாத்தா, தூசிகளைத் தட்டிவிட்டு, சிறிய அரிசி பையை தன்னுடன் எடுத்துக்கொண்டு வீட்டுக்குச் சென்றார்.

இந்தக் கதையையும், அரிசி பையையும் பார்த்த பாட்டி, "ஹ்ம்ம்! இது இரண்டு மூன்று அரிசி கேக்குகளுக்குகூட வராது" என்றார். ஆனால், அரிசியை பாட்டி கொட்டத் தொடங்கியதும், எவ்வளவுதான் கொட்டினாலும், பை எப்போதும் நிறைந்தே இருப்பதைப் பார்த்து வியந்தார்.

அது ஒரு மந்திர அரிசி பை. எலி அவர்களுக்கு கொடுத்த அற்புதமான பரிசு. அதன்பிறகு, அவர்களால் எவ்வளவு சாப்பிட முடியுமோ அவ்வளவு அரிசி கேக்குகளை எப்போதும் செய்தார்கள். பாட்டி, தனக்கும் தன் கணவருக்கும் தினந்தோறும் அரிசி கேக்குகள் செய்தார் – மலையளவு அரிசி கேக்குகள் – அதன்பிறகு அவர்கள் எப்போதும் மகிழ்ச்சியாக வாழ்ந்தார்கள்.

## 05

## அங்கி அல்லது இறகுகள்

ஒருகாலத்தில், ஜப்பானில் உள்ள சிறு தீவில் மீனவர் ஒருவர் தனியாக வாழ்ந்தார். மிகவும் ஏழையான அந்த மீனவர், தனிமையிலும் இருந்தார்.

ஓர் அதிகாலையில் தன் படகை நோக்கிச் சென்றார்; முந்தையநாள் இரவு பயங்கரமான புயலடித்திருந்தாலும், அப்போது சூரியன் பிரகாசமாக ஒளிர்ந்தது.

அவர் நடந்துகொண்டிருந்தபோது, கடற்கரையில் இருந்த தேவதாரு மரத்தின்

கிளையில் ஏதோ தொங்குவதைப் பார்த்தார். அப்பொருள் அழகாகவும் பிரகாசமாகவும் இருந்தது. கிளையிலிருந்து அதை எடுத்தார். இறகுகளால் செய்யப்பட்ட அற்புதமான அங்கி என்பதை அறிந்தார்.

எல்லா இறகுகளும் வெவ்வேறு நிறத்தில் அழகாகவும், மெல்லியதாகவும் வானவில்போல இருந்தன. சூரிய வெளிச்சத்தில் நகைகள்போல மின்னி ஒளிர்ந்தன. மீனவர் அதுவரை பார்த்ததிலேயே, மிகவும் அழகான பொருள் இதுதான்.

"ஆகா, என்னே அழகான அங்கி! நிச்சயமாக இது விலைமதிக்க முடியாத பொக்கிஷம்தான். என்னுடைய தீவில் யாருமே இல்லை. எனவே, யாருக்கும் இது சொந்தமானதாக இருக்க முடியாது. இதை வீட்டுக்கு கொண்டு சென்று எப்போதும் வைத்திருப்பேன். இதனால், ஏழ்மையான என் வீடு மிகவும் அழகாக இருக்கும். எப்போதெல்லாம் தனிமையாக உணர்கிறேனோ அப்போதெல்லாம் நான் இதைப் பார்க்கலாம்" என்று நினைத்த மீனவர் தன்னுடைய சொரசொரப்பான கைகளில் அங்கியைப் பிடித்துக்கொண்டு, வீட்டுக்குத் திரும்பிச் செல்லத் தொடங்கினார்.

அப்போது அழகான ஒரு பெண், மீனவருக்குப் பின்னால் ஓடிவந்தார். "திரு. மீனவரே! திரு. மீனவரே!" என்று கூப்பிட்டார். "நீங்கள் கொண்டுசெல்வது இறகுகளால் ஆன என்னுடைய அங்கி! தயவுசெய்து என்னிடம் திருப்பி கொடுங்கள்" என்றார். தான் விண்ணகத்திலுள்ள தேவதை என்றும், இறகுகளாலான அங்கி தன்னுடைய இறக்கை என்றும் தொடர்ந்து விளக்கினார்.

"வான் வெளியில் நான் பறந்துகொண்டிருந்தபோது, புயல் வந்து என்னுடைய இறக்கையை ஈரமாக்கிவிட்டதால் என்னால் பறக்க முடியவில்லை. எனவே, சூரியன் வரும்வரை காத்திருந்தேன். வந்ததும், தேவதாரு மரக்கிளையில் அதாவது நீங்கள் அங்கியைக் கண்டெடுத்த இடத்தில், இறக்கையை காய வைத்தேன். அதனால் இங்கே பாருங்கள்! நீங்கள் என்னுடைய இறக்கையை திருப்பித் தராவிட்டால் என்னால் ஒருபோதும் விண்ணகத்திலுள்ள என் வீட்டுக்குச் செல்ல முடியாது" என்று சொல்லி முடித்தது தேவதை.

தேவதையை நினைத்து மிகவும் கவலைப்பட்டார் மீனவர். "தயவுசெய்து, கவலைப்படாதீர்கள்.

கண்டிப்பாக, இறக்கைகளாலான உங்களின் அங்கியை நான் தருகிறேன். வேறு ஒருவருடையது என்று தெரிந்திருந்தால், நிச்சயமாக இதை நான் தொட்டிருக்ககூட மாட்டேன்" என்றார். தேவதையின் முன்னால் மண்டியிட்டு அந்த அங்கியை தேவதையிடம் கொடுத்தார்.

கடைசியில், அந்த தேவதை புன்னகைக்கத் தொடங்கியது. அவரின் முகம் மகிழ்ச்சியில் ஒளிர்ந்தது. "மிகவும் நன்றி திரு. மீனவரே! நீங்கள் மிகவும் நல்லவர். உங்களுக்காக தேவதைகளின் நடனத்தை நான் ஆடப்போகிறேன்" என்றது.

எண்ணற்ற நிறங்களுடைய அங்கியை அணிந்து மீனவருக்கு முன்னால் நடனம் ஆட தொடங்கியது தேவதை. அது உண்மையிலேயே, மீனவர் அதுவரை பார்த்திராத மிக அழகான நடனமாகும்.

தேவதைகள் பொதுவாக தங்கள் நடனத்தை விண்ணகத்தில் ஆடுவார்கள் என்பதால், ஒருவேளை இந்த பூமியில் எங்கும் அதுவரை ஆடப்படாத மிக அழகான நடனமாக இது இருக்கலாம். காற்று முழுவதும் விண்ணக இசையால் நிறைந்தது. தீவு முழுவதும் வானவில்லால் மூடப்படும்வரை இறகுகளால் ஆன தேவதையின் அங்கி சூரியனில் ஒளிர்ந்தது,

தேவதை ஆடிக்கொண்டே, மேலே மெல்ல எழும்பியது. நீல வானில் மறையும் வரை உயரே, உயரே எழும்பியது. நின்று வானத்தைப் பார்த்தபடி, தான் கண்ட அழகிய நடனத்தை நினைத்துக்கொண்டிருந்தார் மீனவர்.

இனி அவர் ஒருபோதும் தனிமையிலோ அல்லது ஏழ்மையிலோ இருக்கமாட்டார் என்பது அவருக்குத் தெரியும்.

இனி அவர் ஒருபோதும் தனிமையிலோ அல்லது ஏழ்மையிலோ இருக்கமாட்டார் என்பது அவருக்குத் தெரியும்.

## 06

## இளவரசியும் மேய்ப்பரும்

வெகுகாலத்துக்கு முன்பு நடந்த கதை இது. அப்போது, வானத்தில் இரவில் தொங்கவிடுவதற்காக நட்சத்திரங்களைச் செய்வதில் வானத்தின் அரசர் பரபரப்பாக இருந்தார்.

அரசருக்கு மிக அழகான ஒரு மகள் இருந்தார். நாள் முழுவதும் தறியில் அமர்ந்து நெசவு செய்ததால், நெசவு இளவரசி என்று அப்பெண்ணை அழைத்தார்கள். உலகிலேயே மிக இலேசாகவும் மென்மையாகவும் காற்றோட்டமாகவும் உள்ள பொருளை அவள் நெய்தாள். அதனை. நட்சத்திரங்களுக்கு மத்தியில் வானிலிருந்து பூமிக்குத் தொங்கவிட்டார்கள். அந்த ஆடையைத்தான், நாம் மேகமென்றும், மூடுபனியென்றும் அழைக்கிறோம்.

மிக அழகாக நெய்து, தனக்கு உதவி செய்கிற மகளைக் குறித்து வானத்தின் அரசர் மிகவும் பெருமைப்பட்டார். வானத்தை உருவாக்குவதில் மிகவும் பரபரப்பாக இருந்த அரசர், கிடைக்கின்ற உதவியையெல்லாம் பெறத் தயாராக இருந்தார். நெசவு இளவரசியின் முகம், வெளிறி மங்கலாக இருப்பதை ஒருநாள் அரசர் கவனித்தார்.

"நல்லது... நல்லது என் மகளே! நீ மிகவும் கஷ்டப்பட்டு உழைக்கிறாயோ என நான் அஞ்சுகிறேன். நாளை நீ கண்டிப்பாக விடுமுறை எடுத்துக்கொள்ள வேண்டும். வெளியே சென்று நாள் முழுவதும் நட்சத்திரங்களுக்கு மத்தியில் விளையாடு. அதன்பிறகு,

தயவுசெய்து விரைவாக வந்து எனக்கு உதவி செய். நிறைய மேகங்கள் செய்வதற்காக, எனக்கு இன்னும் கொஞ்சம் மூடுபனி தேவைப்படுகிறது" என்றார்.

விடுமுறை கிடைத்ததை நினைத்து இளவரசி மிகவும் மகிழ்ந்தார். பால்வீதி எனப்படும் ஓடையில் அலைவதற்கு இளவரசிக்கு எப்போதுமே ஆவலாக இருந்தது. ஆனால், இதற்கு முன்பு ஒருபோதும் இளவரசிக்கு நேரம் இருந்ததேயில்லை.

மிக அழகான ஆடைகளை அணிந்துகொண்டு நட்சத்திரங்களுக்கு நடுவே, பால்வீதியில் ஓடினார் இளவரசி. அங்கே, ஓடைக்கு நடுவே ஓர் அழகான சிறுவன் தண்ணீரில் பசு மாட்டைக் குளிப்பாட்டுவதைப் பார்த்தார்.

"யார் நீ?" இளவரசியிடம் சிறுவன் கேட்டான்.

"நான், வேகா (Vega) நட்சத்திரம். எல்லாரும் என்னை நெசவு இளவரசி என்பர்" என்றார்.

"நான் ஆல்டேர் (Altair) நட்சத்திரம். ஆனால், வானத்து அரசரின் பசுமாடுகளை நான் மேய்ப்பதால் எல்லாரும் என்னை மேய்ப்பர் என்பர். பால்வீதியின் மறுபக்கத்தில் நான் வாழ்கிறேன். என் வீட்டுக்கு வந்து என்னுடன் விளையாட விருப்பமா?" என்று கேட்டான்.

பசுவின் முதுகில் இளவரசியை அமர வைத்து பால்வீதி ஓடை வழியாக நடத்தி தன் வீட்டுக்கு அழைத்துச் சென்றான். எல்லா வகையான அற்புதமான விளையாட்டுக்களையும் அவர்கள் விளையாடி மகிழ்ந்திருந்தார்கள். வீட்டுக்குத் திரும்பிச் சென்று தந்தைக்கு உதவி செய்ய வேண்டும் என்பதையே இளவரசி மறந்துவிட்டார்.

இளவரசி வீட்டுக்கு வராமலிருக்கவும் வானத்தின் அரசர் மிகவும் கவலைப்பட்டார். தன் மகளைக் கண்டுபிடித்து அவளை வீட்டுக்கு வரச் சொல்லுமாறு பகட்டுக்கோழியைத் தூதுவராக அனுப்பினார். ஆனால், மிகவும் மகிழ்ச்சியோடு விளையாடிக்கொண்டிருந்த இளவரசி, பகட்டுக்கோழி கூப்பிட்டதைக்கூட கவனிக்கவில்லை. கடைசியாக, இளவரசியை அழைத்துவர அரசரே நேரடியாக போக வேண்டிவந்தது.

"நீ மிகவும் மோசமான சிறுமி. வானத்தைச் சற்று பார். இன்னும் வேலை முடியவே இல்லை. நீ தூரத்தில் சென்று விளையாடிக்கொண்டிருக்கிறாய்.

வானத்துக்கு மேகங்களும், மூடுபனிகளும் தேவைப்படுகின்றன. எனவே, உனக்கு இனிமேல் விடுமுறையே இல்லை. நீ இங்கேயே தங்கி எப்போதும் நெய்துகொண்டே இருக்க வேண்டும்" என்றார் அரசர்.

அதன்பிறகு அரசர் நிறைய நட்சத்திர தண்ணீரை பால்வீதியில் ஊற்றினார். அதுவரை, நீங்கள் கடந்து செல்லக்கூடிய ஓர் ஆழமற்ற ஓடையாக இருந்தது. அரசர் நிறைய நட்சத்திர தண்ணீரை ஊற்றியதால், அது ஆழமான, மிகவும் ஆழமான நதியாக மாறியது. இளவரசியும் மேய்ப்பனும் ஆற்றின் எதிரெதிர் பக்கங்களில் வாழ்ந்ததால், ஒருவர் மற்றவருடன் தொடர்புகொள்வதற்கு வாய்ப்பே இல்லை.

வானத்தில் இருந்த தன் சிறிய வீட்டுக்குத் திரும்பிச் சென்ற இளவரசி தறிக்கு முன்பாக அமர்ந்தார். தன் மேய்ப்பனுக்காக தனிமையில் அதிகம் ஏங்கிய இளவரசியால் நெசவு நெய்யவே முடியவில்லை. நாள் முழுதும் அமர்ந்து அழுதுகொண்டிருந்தார். மேகமும் மூடுபனியும் இல்லாமல் வானம் வெறுமையானது.

இறுதியில் அரசர் சொன்னார், "என் குட்டி இளவரசியே! நீ எந்நேரமும் அழக் கூடாது. உண்மையிலேயே, என்னுடைய வானத்துக்கு மேகங்களும், மூடுபனியும் தேவைப்படுகிறது. நான் என்ன செய்வேன் என்று சொல்கிறேன்! நீ மீண்டும் நெய்தால், கஷ்டப்பட்டு உழைத்தால், அந்த மேய்ப்பனுடன் சென்று விளையாட வருடத்திற்கு ஒருமுறை உன்னை அனுப்புகிறேன்" என்றார்.

இதைக் கேட்டதும் மிகவும் மகிழ்ந்த இளவரசி நேரடியாக வேலைக்குச் சென்றார். அதுமுதல் மிகவும் கஷ்டப்பட்டு உழைக்கிறார்.

ஒவ்வோர் ஆண்டும், ஏழாம் மாதத்தின் ஏழாவது இரவு இளவரசிக்கு தான் கொடுத்த வாக்குறுதியை வானத்தின் அரசர் கடைபிடிக்கிறார், பகட்டுக்கோழிகளை பால்வீதியில் அனுப்புகிறார். அப்பறவைகள் தங்கள் இறக்கைகளால் ஆழமான நதிக்கு மேல் பாலம் அமைக்கின்றன. அதன்பிறகு, பகட்டுக்கோழியின் பாலத்தின் வழியாக, தனக்காக மறுபுறத்தில் காத்திருக்கும் மேய்ப்பனிடம் இளவரசி ஓடுகிறாள். அவர்கள் ஒரு முழு இரவும் ஒரு பகல் முழுவதும் ஒன்றாக விளையாடி மகிழ்கிறார்கள்.

அதனால்தான், ஏழாம் மாதத்தின் ஏழாம் இரவு எனப்படும் தனபதா-சாமா (Tanabata-sama) கொண்டாட்டத்திற்காக ஜப்பானிய குழந்தைகளுக்கு விடுமுறை கிடைக்கிறது.

உலகம் முழுக்க இருக்கும் குழந்தைகளுக்கெல்லாம் விளையாடப் பிடிக்கும்தானே! நட்சத்திரங்களான இளவரசியும் மேய்ப்பனும் மேலே வானத்தில் சேர்ந்து மகிழ்ந்து விளையாடுகிறார்கள் என்பதை அறியவரும்போது குழந்தைகள் மேலும் மகிழ்ச்சியடைகிறார்கள்.

கொடுத்த வாக்குறுதியை மீண்டும் நிறைவேற்றுகிற நேரம் இது என்று வான் அரசருக்கு நினைவூட்டுவதற்காக பூமியில் உள்ள குழந்தைகள் ஒளிரும் தாள்களால் மூங்கில் கிளைகளை ஜோடித்து வானில் அசைக்கிறார்கள்,

07

# மீனவரும் ஆமையும்

வெகுகாலத்துக்கு முன்பு, ஜப்பானில் கடற்கரையோரத்தில் இளம் மீனவர் ஒருவர் வாழ்ந்தார். அவரின் பெயர் உராஷிமா தாரோ. ஒருநாள் கடற்கரையில் நடந்தபோது, சிறுவர்கள் சிலர் கடலில் இருந்து பெரிய ஆமை ஒன்றைப் பிடித்து, அதைக் குச்சியால் அடித்து, காயப்படுத்தி விளையாடுவதைப் பார்த்தார்.

மிகவும் அன்பான தாரோவுக்கு, விலங்குகளைத் துன்புறுத்துகிறவர்களைக் கண்டாலே பிடிக்காது. "பையன்களா! தயவுசெய்து ஆமையைப் போக விடுங்கள். அது நல்ல விலங்கு. நீங்கள் தீங்கிழைக்கக் கூடாது. மறுபடியும் கடலில் விடுங்கள்" என்றார்.

தாங்கள் செய்ததை நினைத்து சிறுவர்கள் வெட்கப்பட்டார்கள். ஆமையை மறுபடியும் கடலில் விட்டு அது மகிழ்ச்சியுடன் நீந்திச் செல்வதைப் பார்த்தார்கள்.

பலநாட்களுக்குப் பிறகு கடற்கரையில் தாரோ நடந்தபோது, குரலொன்றைக் கேட்டார், "தாரோ! தாரோ!"

சுற்றிலும் பார்த்தார். ஆனால் யாரையுமே பார்க்க முடியவில்லை. "என்னைக் கூப்பிடுவது யார்?" தாரோ கேட்டார்.

"நான் இங்கே இருக்கிறேன்" கடலில் இருந்து ஒரு குரல் கேட்டது. அது ஓர் ஆமை, மணலில் தவழ்ந்து வந்தது. "அன்றொருநாள் நீ காப்பாற்றிய ஆமை நான்தான். கடலுக்கு அடியில் உள்ள அரண்மனைக்கு நான் திரும்பியவுடன், நீ எனக்கு செய்ததை கடல் இளவரசியிடம் சொன்னேன். அவர் மிகவும் மகிழ்ச்சியடைந்தார். அவரைப் பார்க்க, உன்னை அழைத்து வருமாறு இளவரசி சொன்னார்" என்றது ஆமை.

"கடலின் ஆழத்தைப் பார்க்க எனக்கு எப்போதுமே பிடிக்கும்" என்று சொன்ன தாரோ, ஆமையின் முதுகில் ஏறினார். வெகு தூரத்தில், ஆழ்கடலின் அடியில் இருந்த அரண்மனைக்கு மிக வேகமாக தாரோவைச் சுமந்து சென்றது ஆமை.

பவளத்தாலும் படிகத்தாலும் கட்டப்பட்டிருந்த அழகான அரண்மனைக்குள் தாரோ அழைத்துச் செல்லப்பட்டார். அங்கே, அழகான இளவரசியைச் சந்தித்தார். "தாரோ, என் குடிமகன் மீது நீ மிகவும்

அன்போடு நடந்துகொண்டாய். நான் உனக்கு நன்றி சொல்ல ஆசைப்பட்டேன். எனவே, உன்னை இங்கே அழைத்து வரச் சொன்னேன். தயவுசெய்து, என் நண்பராக இந்த அரண்மனையிலேயே எப்போதும் தங்கியிரு. நாங்களும் மிகவும் மகிழ்ச்சியாக இருப்போம். நீ கேட்பதெல்லாம் உனக்குக் கிடைக்கும்" என்றார்.

அரண்மனையில் கடல் இளவரசியுடன் தாரோ தங்கினார். சுவையான உணவுகளைச் சாப்பிட்டார், அற்புதமான காட்சிகளைப் பார்த்தார், தொடக்கத்தில் மிகவும் மகிழ்ச்சியாக இருந்தார். சில நாட்களில், கடற்கரையில் உள்ள தன் வீட்டையும் நண்பர்களையும்

நினைத்து தனிமையை உணரத் தொடங்கினார். அம்மாவும் அப்பாவும் எப்படி இருக்கிறார்களோ என்று வருந்தினார்.

ஒருநாள், இளவரசியிடம், "நான் இங்கே மகிழ்ச்சியாக இருக்கிறேன். ஆனால், கரைக்குத் திரும்பிச் சென்று என் வீட்டையும் நண்பர்களையும் பார்க்க விரும்புகிறேன். தயவுசெய்து என்னை அனுப்பி வையுங்கள்" என்று சொன்னார்.

"சரி தாரோ! நீ விரும்புவதால், நான் உன்னை மறுபடியும் அனுப்பி வைக்கிறேன். ஆனால், நீ போவது எனக்குக் கஷ்டமாக இருக்கும். நாம் அனைவரும் சேர்ந்து மகிழ்ச்சியாக இருந்தோம். நீ இங்கே தங்கியிருந்ததன் நினைவாக, இந்த அழகான பெட்டியை உனக்குத் தருகிறேன். இது உன்னிடம் இருக்கும் காலம்வரை நீ விரும்பும் போதெல்லாம் எப்போது வேண்டுமானாலும் என்னைப் பார்க்க வரலாம். ஆனால், தாரோ! இதை ஒருபோதும் திறந்துவிடாதே! நீ இதைத் திறந்தால் ஒருபோதும் திரும்பி வர இயலாது. கவனமாக இரு! இதைத் திறக்காதே!" என்றார் இளவரசி.

தாரோ பெட்டியை எடுத்துக்கொண்டு, அற்புதமான நாட்களுக்காக இளவரசிக்கு நன்றி சொன்னார். ஆமையின் முதுகில் ஏறி தன் வீட்டுக்குத் திரும்பிச் சென்றார்.

தாரோ கரைக்குத் திரும்பியபோது, கிராமமே மாறியிருந்தது. அவரால் தன் வீட்டைக் கண்டுபிடிக்க இயலவில்லை. கடற்கரையில் இருந்த சிலரிடம், "உராஷிமாவின் வீடு எங்கே இருக்கிறது? அவரின் பெற்றோர் எங்கே இருக்கிறார்கள்?" என்று கேட்டார்.

"இளைஞனே! பல ஆண்டுகளுக்கு முன்பு நடந்ததைக் கேட்கிறாய்? எங்களில் பலர் பிறக்கும் முன்பே உராஷிமா தாரோ நீரில் மூழ்கிவிட்டார். இதெல்லாம் தெரியாத என்ன ஒரு விசித்திர மனிதர் நீர்?" என்று சொன்னார்கள்.

தாரோவுக்கு மிகவும் குழப்பமாக இருந்தது. அதெப்படி? தாரோ முன்பு இருந்ததுபோலவே இருந்தார் - அல்லது அவர் அப்படி நினைத்தார் - மக்களும் இடமும்தான் மாறியுள்ளது. தாரோவுக்கு இளவரசி கொடுத்த வித்தியாசமான பெட்டியின் உள்ளே இருக்கும் ரகசியம் இதுவாக இருக்குமோ? இதைப் பற்றிச் சற்றுநேரம் தாரோ யோசித்தார். கடைசியில், கடல் இளவரசி எச்சரித்திருந்தும்கூட, பெட்டியைத் திறக்க முடிவு செய்தார்.

பெட்டியின் மூடியைத் திறந்ததும் வித்தியாசமான வெள்ளை புகை வெளியேறி தாரோவைச் சூழ்ந்தது. தாரோ தன் முகத்தைத் தொட்டுப் பார்த்தார். முகம் முழுவதும் சுருக்கங்கள் விழுந்து, நீளமான வெள்ளை தாடி வளர்ந்திருப்பதைக் கண்டார்.

எதுவுமே தெரியாமல், சில நாட்கள் அல்ல, எண்ணற்ற ஆண்டுகள் அவர் கடலுக்கு அடியில்

வாழ்ந்திருக்கிறார். மந்திரப்பெட்டி அவரை எப்போதுமே இளமையாக வைத்திருந்திருக்கிறது. பெட்டியிலிருந்து வந்த புகை அவரின் உண்மையான தோற்றத்தை, அதாவது, அவரின் வயதான தோற்றத்தைக் காட்டிவிட்டது. தாரோவின் அனைத்து நண்பர்களும் இறந்துவிட்டார்கள். பெட்டியைத் திறந்துவிட்டதால் இனி ஒருபோதும் கடல் இளவரசியின் அரண்மனைக்கு அவரால் திரும்பிச் செல்லவே முடியாது. கரையில் தாரோ அழுதுகொண்டே நின்றார்.

08

# தேவதை கொக்கு

ஒருகாலத்தில், முதியவர் ஒருவர் தனது வயதான மனைவியுடன் தனியாக வசித்து வந்தார். அவர்களுக்கு குழந்தைகள் இல்லை. ஒருநாள், வயல்வெளி ஓரமாக நடந்தபோது திடீரென்று வித்தியாசமான சத்தத்தை வயதானவர் கேட்டார். "பட.. பட.. பட்.. பட்" சத்தம் வந்த திசையை நோக்கிச் சென்றபோது, அழகான ஒரு வெள்ளைக் கொக்கு வலையில் மாட்டியிருப்பதைக் கண்டார்.

"ஐயோ! சிறு பறவையே! நான் உனக்கு உதவி செய்கிறேன்" என்று சொன்ன தாத்தா,

வலையிலிருந்து விடுவித்து கொக்கைப் பறக்கவிட்டார். அது வானத்தில் பறந்து சென்றது.

வீட்டுக்குத் திரும்பியவுடன் தன் மனைவியிடம் கொக்கு பற்றி தாத்தா சொன்னார். அப்போது, கதவை யாரோ தட்டுகிற சத்தம் கேட்டது, இனிமையான குரலில் யாரோ பேசினார்கள், "நான் உள்ளே வரலாமா?" கதவைத் திறந்த பாட்டி, அங்கே அழகான எழில் நயமிக்க சிறுமியைக் கண்டார்.

சிறுமி சொன்னார், "என் வழியை நான் மறந்துவிட்டேன். தயவுசெய்து, இந்த இரவு உங்கள் வீட்டில் தங்க என்னை அனுமதியுங்கள்."

அழகான சிறுமி தங்கள் வீட்டில் தங்குவதை நினைத்து தாத்தாவும் பாட்டியும் மிகவும் மகிழ்ந்தார்கள். தனக்கு பெற்றோர் இல்லை என்று அச்சிறுமி சொன்னதால், தங்கள் மகளாக தங்களுடனேயே எப்போதும் தங்குமாறு கேட்டார்கள். எனவே, சிறுமி அவர்களுடன் தங்கினார்.

ஒருநாள் தன் புதிய பெற்றோரிடம் சிறுமி, "நான் வேலை செய்யும்போது ஒருமுறையேனும் என்னைப் பார்க்க மாட்டீர்கள் என எனக்கு நீங்கள் உறுதியளித்தால், நெசவு நெய்யும் அறையில் உள்ள தறியில் சில துணிகளை நான் நெய்வேன்" என்று சொன்னார்.

அதன்பிறகு தினமும் அவர்கள் தறி ஓடுகிற சத்தத்தைக் கேட்டார்கள். தான் அன்றைய நாளில் நெய்த அழகான துணியை ஒவ்வோர் இரவும் அவர்களுக்கு சிறுமி கொடுத்தார். இந்த உலகிலேயே மிகவும் அழகான அந்த துணியைப் பார்க்க அண்டைவீட்டுக்காரர்கள் வந்தார்கள்.

பாட்டிக்கு ஆர்வம் அதிகரித்துக்கொண்டே போனது. "இந்த உலகில் எப்படி இவ்வளவு அழகான ஆடையை ஒரு சிறுமியால் நெய்ய முடியும்?" என்று தனக்குள்ளே சொல்லிக்கொண்ட பாட்டி, ஒருநாள் மறைந்து நின்று நெசவு அறைக்குள் பார்த்தார்.

என்னே விசித்திரமான காட்சியை அவர் கண்டார்! அங்கே தறியில் அமர்ந்திருந்தது, அவர்களின் மகள் அல்ல, மாறாக அழகான வெள்ளைக் கொக்கு. தன்னுடைய மென்மையான வெள்ளை இறகுகளைப் பயன்படுத்தி துணி நெய்துகொண்டிருந்தது.

இரவு, வீட்டுக்கு தாத்தா திரும்பியதும், நெசவு அறையிலிருந்து வெளியே வந்த சிறுமி, "நீங்கள் காப்பாற்றிய கொக்கு நான்தான். வெகுநாட்களுக்கு முன்பாக, எனக்கு நீங்கள் காட்டிய அன்புக்கு நன்றி செலுத்தும் விதமாக துணி நெய்துகொண்டிருந்தேன். இப்போது என் ரகசியத்தை நீங்கள் அறிந்துகொண்டீர்கள். எனவே, இதற்குமேல் என்னால் உங்களுடன் தங்கியிருக்க முடியாது" என்றார்.

தான் மறைந்திருந்து பார்த்ததை நினைத்து பாட்டி வருந்தினார், தாத்தா அழுதார். உண்மையிலேயே, அவர்களின் மகள் ஒரு கொக்கு என்பது தெரிந்ததால், அது திரும்பி வானத்தில் உள்ள தன் வீட்டுக்கு கண்டிப்பாகச் செல்ல வேண்டும் என்பதைப் புரிந்துகொண்டார்கள். "நல்லாயிருங்க போய் வருகிறேன்" என்றார் சிறுமி. உடனடியாக, வெள்ளை தேவதை கொக்காக மாறி அதனுடைய அழகான வெள்ளை இறகுகளால் வானின் உயரே வசீகரமாகப் பறந்தது.

09

## குரல்வளைச் சுரப்பி வீக்கத்துடன்
## ஒரு தாத்தா

ஜப்பானில் உள்ள ஒரு கிராமத்தில், கடினமாக உழைக்கும் தாத்தா ஒருவர் வாழ்ந்தார். அவருடைய வலது கன்னத்தில், பெரிய கட்டி இருந்தது. ஒருநாள் விறகு வெட்டுவதற்காக தாத்தா காட்டுக்குச் சென்றார். அப்போது, திடீரென்று மழை பெய்யத் தொடங்கியது.

"நல்ல மழை! இப்போது நான் என்ன செய்வது?" தனக்குள் சொல்லிக்கொண்டார்.

அதிர்ஷ்டவசமாக, மழை நிற்கும்வரை காத்திருப்பதற்கு வசதியாக பெரிய பொந்து இருக்கிற மரத்தைப் பார்த்தார். அங்கே

காத்திருந்தபோது தூக்கக் கலக்கத்தில் தலையை ஆட்டத் தொடங்கியவர், அப்படியே தூங்கிவிட்டார். தூங்கி விழித்தபோது, அதற்குள் இருட்டாகிவிட்டதை நினைத்து ஆச்சர்யப்பட்டார். மரத்துக்கு முன்பாக சிவப்பு மற்றும் பச்சை நிற குட்டிச் சாத்தான்கள் ஆடிக்கொண்டிருந்தன.

"ஐயோ!" ஒரு குட்டிச்சாத்தான் கத்தியது, "அதோ ஒரு வயதானவர் மரத்தில் இருக்கிறார்." மறைந்திருந்த இடத்திலிருந்து தாத்தாவை இழுத்து வெளியே போட்டன.

"கிழவரே நீங்கள் எங்களுக்காக நடனமாட வேண்டும்" என்றன. தன்னால் முடிந்தவரை தாத்தா வேகமாக ஆடினார்.

"அருமை! அருமை! நல்ல வேடிக்கையாக இருந்தது" என்று சொன்ன குட்டிச் சாத்தான்கள் மகிழ்ச்சியில் கைகள் தட்டின.

"மறுபடியும் நடனம் ஆடுவதற்காக, நீங்கள் கண்டிப்பாக நாளை இரவு திரும்பி வரவேண்டும். நீங்கள் வருவதை உறுதி செய்வதற்காக, உங்களது கட்டியை நாங்கள் எடுக்கப்போகிறோம். உங்களுடைய கட்டியை நாங்கள் வைத்திருப்போம். நாளைக்கு திரும்பி வந்து நடனம் ஆடும்வரை இதை திருப்பித் தரமாட்டோம்" என்று சொல்லிவிட்டு வயதானவரின் வலது கன்னத்தில் இருந்த பெரிய கட்டியை, இது என்னவோ மிகவும் மதிப்புமிக்கது என நினைத்து, எடுத்தன.

கட்டி நீக்கப்பட்டதை நினைத்து உண்மையிலே மிகுந்த மகிழ்ச்சியுற்ற தாத்தா, பாடிக்கொண்டே காட்டைவிட்டு வெளியேறினார்.

வீட்டுக்குத் திரும்பியவுடன் தன் மனைவியிடம் கதையைச் சொன்னார், இதைக்கேட்டு அவர் வியந்து மகிழ்ந்தார். வயதான கணவர், கட்டி இல்லாமல் மிகவும் அழகாக இருந்தார்.

தாத்தாவின் அண்டை வீட்டில் இருந்தவருக்கும் அசிங்கமான கட்டி இருந்தது. அவரும் இந்தக் கதையைக் கேட்டு வியந்தார். "இதே முறையைப் பின்பற்றி நானும் கட்டியைக் கொடுத்துவிட்டு வருவேன்" என்று சொல்லி, அதே மலைக்குச் சென்று அதே மரத்தில் மறைந்திருந்தார். குட்டிச்சாத்தான்கள் தங்கள் கொண்டாட்டத்துக்காக வந்தன.

"இதுதான் சரியான நேரம்" என்று சொன்ன இரண்டாவது தாத்தா, மரத்திலிருந்து வெளியே வந்து நடனமாடத் தொடங்கினார்.

ஆனால், முதல் மனிதர் போல இவரால் வேகமாக ஆடமுடியவில்லை. மகிழ்ச்சியடையாத குட்டிச் சாத்தான்கள் கத்தின, ஒரு குட்டி சாத்தான் சொன்னது, "நேற்று நாம் பார்த்த நடனம்போல இது இல்லை. சரி, இவர் மறுபடியும் நடனமாடுவதை ஒருபோதும் நாம் பார்க்க விரும்பவில்லை. அவருடைய கட்டியை

அவரிடமே கொடுத்துவிடுவோம். மீண்டும் நடனமாட இவர் வரவேண்டியதில்லை."

இதைச் சொன்னதும், முதல் தாத்தாவிடமிருந்து எடுத்த கட்டியைக் கொண்டுவந்த குட்டிச் சாத்தான்கள், அவரின் உடலில் வைத்து காட்டைவிட்டு வெளியே விரட்டி அடித்தன. கட்டியே இல்லாமல் திரும்புவதற்குப் பதிலாக இரண்டு கட்டிகளுடன் சோகமாக வீட்டுக்குச் சென்றார் அண்டைவீட்டு தாத்தா.

# 10

## பறக்கும் விவசாயி

வெகுகாலத்துக்கு முன்பு, தாரோ எனப்படும் விவசாயி ஜப்பானில் உள்ள ஒரு கிராமத்தில் வாழ்ந்தார். தாரோவின் வீட்டுக்கு அருகே இருந்த பெரிய சதுப்பு நிலத்தில் எண்ணற்ற காட்டு வாத்துக்கள் ஓய்வெடுக்க வந்தன. கயிற்றினால் வலை பின்னிய தாரோ, ஏறக்குறைய தினந்தோறும் ஒரு வாத்தை பிடித்தார்.

மிகவும் பேராசைக்காரரான தாரோ, ஒருநாள் இரவு தனக்குள் யோசித்தார், "ஒரு நாளைக்கு ஒரு வாத்து என்பது ஒன்றும் பெரிதல்ல. ஒரே நேரத்தில் நிறைய நல்ல வாத்துக்களைப் பிடித்தால் எவ்வளவு நன்றாக இருக்கும்!"

எனவே, ஒரே நேரத்தில் நிறைய வாத்துக்களைப் பிடிப்பதற்காக நீளமான கயிற்றினால் பெரிய வலை ஒன்றைப் பின்னினார்.

மறுநாள் அதிகாலையில், புதிய வலையை சதுப்பு நிலத்தின் மீது விரித்தார் தாரோ. வலையின் முனையை கையில் பிடித்துக்கொண்டு, வாத்துக்கள் அமர்வதற்காக, மரத்தின் பின்னால் மறைந்து காத்திருந்தார்.

பிறகு, ஒரே நேரத்தில் நிறைய வாத்துக்கள் வானிலிருந்து பறந்து வந்து நேரே வலையின்மீது அமர்ந்தன. கொத்தின! வெட்டி இழுத்தன! இழுத்தன! கொத்தின! வெட்டி இழுத்தன! இழுத்தன!

வயதான தாரோவினால், நிறைய வாத்துக்கள் அங்கே இருப்பதைப் பார்க்க முடிந்தது. அவை வலையில் சிக்குவதை உணரவும் முடிந்தது.

"பார்! பார்! எவ்வளவு வாத்துக்களை நான் பிடித்துவிட்டேன்!" கத்தினார்; மகிழ்ச்சியில் எம்பி குத்தித்தார்.

ஒரு மணிநேரத்துக்குப் பிறகு, சூரியன் வானில் மேலே வந்தவுடன், வாத்துக்கள் பறப்பதற்கு தயாராகின. திடீரென, "ஊஷ்ஷ்ஷ்ஷ்..." அனைத்தும் ஒரே நேரத்தில் வானில் பறந்தன.

"ஓ! ஓ!" வயதான தாரோ ஆச்சர்யப்பட்டார். வலையின் முனையை இறுக்க பற்றிப் பிடித்து தொங்கினார். வாத்துக்கள் அவரை மேலே வானத்துக்கு கொண்டு சென்றன.

மொத்த வாத்துக்களும் ஒரே குழுவாக உயரத்தில் பறந்தன. கயிற்றில் தொங்கிய ஏழை விவசாயி தாரோ,

காற்று போகும் திசையில் கொண்டு செல்லப்படும்போது மிகவும் பயந்தார்.

மலைகளையும் மற்ற அனைத்தையும் கடந்து தொடர்ந்து பறந்தன பறவைகள். கடைசியில், ஒரு கிராமத்தை அவைகள் கடந்து சென்றன. அங்கே உயரமான, ஐந்து மாடி கட்டிடம் இருந்தது. அதற்கு பகோடா என்று பெயர்.

நல்ல வாய்ப்பு கிடைக்கும்வரை காத்திருந்த விவசாயி, பறந்துகொண்டு இருக்கும்போது, கயிற்றை விட்டுவிட்டு பகோடாவின் கூர்மையான பகுதியை இறுக்கி அணைத்துக்கொண்டார். கூரான பகுதியை இறுக்கமாக பிடித்துக்கொண்டே, "உதவி உதவி.. யாராவது எனக்கு உதவி செய்யுங்கள்" என்று கத்தினார்.

உடனடியாக, பகோடாவின் கீழே பெருங்கூட்டம் கூடியது. உண்மையிலேயே அவர்கள் எல்லாரும் ஆச்சர்யப்பட்டு, ஒரே நேரத்தில் பேசத் தொடங்கினார்கள்,

"எப்படி இவர் அங்கே சென்றார்?"

"வாத்துக்கள் சுமந்து வந்ததை நீங்கள் பார்க்கவில்லையா?"

"அவர் கீழே இறங்கி வருவதற்கு என்னமாதிரி உதவி செய்யலாம்?"

யோசித்துவிட்டு, பெரிய, அகலமான துணியை எடுத்து வந்தார்கள். தாரோ கீழே குதிப்பதற்காக, விரித்து, இறுக்கி பிடித்தார்கள்.

கீழே குனிந்து பார்த்த தாரோ, தன் முழங்கால் உடைந்துவிடும் என்று அஞ்சினார். இறுதியில், தன் கண்களை இறுக்க மூடியபடி குதித்தார்.

அதிர்ஷ்டக்காரரான தாரோ, நேரே துணியின் மையத்தில் விழுந்தார். தாரோ மிகவும் கனமாக இருந்ததால் சுற்றி நின்ற அனைவரும் ஒருவர் மற்றவருடன் மாறி மாறி இடித்துக்கொண்டனர்.

கடைசியாக இடித்தபோது, தாரோ கண் விழித்தார்.

நீங்கள் என்ன நினைக்கிறீர்கள்?

தாரோ, பாதுகாப்பாக தன் வீட்டு கட்டிலில் படுத்திருந்தார். வாத்துக்களுடன் பறந்ததும், இவை எல்லாமும் மோசமான கனவு.

உண்மைபோல் தோன்றிய அந்த கனவு பேராசைக்காரரான தாரோவை மாற்றியது. அதன்பிறகு, அவர் ஒரு வார்த்தைக்கூட பிடிக்கவில்லை. கனிவான நல்ல மனிதராக மாறினார்.

<h1 style="text-align:center">11</h1>

<h2 style="text-align:center">ஏன் சிவப்பு குட்டிச்சாத்தான் அழுதது?</h2>

எந்த இடத்தில் மலை இருந்தது என்று இப்போது யாருக்குமே தெரியாது. ஆனாலும், கிராமத்தை மறைத்தபடி அங்கிருந்த மலையில் ஒரு சிவப்பு குட்டிச்சாத்தான் வாழ்ந்தது. கிராமத்தில் வாழ்ந்த மக்களுடன் நட்பாக பழக நினைத்த சிவப்பு குட்டிச்சாத்தான், தன் வீட்டுக்கு முன்பாக: "என் வீட்டுக்கு வரவும், நான் தரும் சாக்லெட்டைத் தின்னவும் உங்கள் எல்லோரையும் வரவேற்கிறேன்" என்று வரவேற்பு பலகையை தொங்கவிட்டது.

ஒருநாள், குட்டிச்சாத்தானின் வீட்டைக் கடந்து சென்ற விறகுவெட்டிகள் இருவர்

வரவேற்பு பலகையைப் பார்த்தார்கள். அவர்களில் ஒருவர் சொன்னார், "வா, நாம் சென்று சாக்லெட் சாப்பிடுவோம்."

மற்றவர், "இல்லை, இல்லை. இந்த வரவேற்பு பலகை என்பது ஒரு தந்திரம். அப்போதுதான் நம்மை உள்ளே வர வைத்து நமக்கு ஏதாவது கெடுதல் செய்ய முடியும். உள்ளே போகாதே!" என்றார்.

இருவரும் பேசியதைக் கேட்ட சிவப்பு குட்டிச்சாத்தான், ஜன்னல் வழியாக சொன்னது, "இது தந்திரம் இல்லை. தயவுசெய்து உள்ளே வந்து சில சாக்லெட்டுகள் சாப்பிடுங்கள். என்னுடைய நண்பர்களாக இருங்கள்." ஆனால், பளிச்சென்றிருந்த அதன் சிவப்பு முகத்தைப் பார்த்த விறகுவெட்டிகள் இருவரும் பயந்து, முடிந்தவரை வேகமாக ஓடி விட்டனர்.

தான் வரவேற்பதை யாருமே நம்பத் தயாராக இல்லை என்பதை அறிந்த சிவப்பு குட்டிச்சாத்தான், மிகவும் வருத்தப்பட்டது, வரவேற்பு பலகையை எடுக்கத் தொடங்கியது. அப்போது, அதனுடைய நல்ல நண்பரான நீல நிற குட்டிச்சாத்தான், தன் நண்பரைப்

பார்க்க வந்தது. "ஏன் சோகமாக இருக்கிறாய்?" என்று கேட்டது.

கதையைக் கேட்ட நீல குட்டிச்சாத்தான், சிறிது நேரம் அமைதியாக இருந்தது. பிறகு சொன்னது, "உனக்காக, என்னிடம் ஒரு நல்ல திட்டம் உள்ளது. நான் கீழே கிராமத்திற்குச் சென்று நிறைய தொந்தரவுகளை மக்களுக்குக் கொடுக்கிறேன். நான் தவறிழைத்துக் கொண்டிருக்கும்போது நீ வந்து என்னைப் பிடித்து அடி. பிறகு, நீ ஒரு நல்ல குட்டிச்சாத்தான் என எல்லாரும் தெரிந்துகொள்வார்கள். உனது நண்பர்களாவார்கள்."

மறுநாள் கீழே சென்ற நீல குட்டிச்சாத்தான், பண்ணை வீடுகளை உடைத்து நொறுக்கியது. பயந்துபோன விவசாயியும் அவரின் மனைவியும் வீட்டைவிட்டு வெளியே ஓடினர். நீல குட்டிச்சாத்தான், வீட்டில் உள்ள எல்லாவற்றையும் உடைக்கத் தொடங்கியது, விவசாயினுடைய நாயை எட்டி உதைத்தது. அவரது மனைவியின் தேநீர் கெண்டியை உடைத்தபோது சிவப்பு குட்டிச்சாத்தான் கிராமத்துக்குள் ஓடி வந்து, நீல குட்டிச்சாத்தனைப் பற்றிப் பிடித்து அடிப்பதுபோல் நடித்தது. தன்னால் முடிந்த மட்டும் சத்தமாக அழுதது நீல குட்டிச்சாத்தான்.

பயந்துபோன கிராம மக்கள் தூரத்திலிருந்து அனைத்தையும் பார்த்துக்கொண்டிருந்தார்கள். அவர்கள் சொன்னார்கள், "சிவப்பு குட்டிச்சாத்தான், நல்ல குட்டிச்சாத்தான்போல. அதன் வீட்டில் நிறைய சாக்லெட் வைத்திருக்கிறது. எனவே, அடிக்கடி அதைப் பார்க்கச் செல்வோம்."

சிவப்பு குட்டிச்சாத்தானின் வீட்டுக்கு கிராம மக்கள் செல்லத் தொடங்கினார்கள். நிறைய புதிய நண்பர்களைப் பெற்றதால் மிகவும் மகிழ்ந்த குட்டிச்சாத்தான், தித்திப்பான சாக்லெட்டும் சுவையான தேநீரும் அவர்களுக்குக் கொடுத்தது.

தன்னுடைய நல்ல நண்பரான நீல குட்டிச்சாத்தான் இத்தனை நாளும் தன்னைப் பார்க்க வரவேயில்லையே என திடீரென்று ஒருநாள், யோசித்தது. "ஒருவேளை, நீல குட்டிச்சாத்தான் ஏதாவது பிரச்சினையில் இருக்கலாம். நாம் சென்று அதைப் பார்ப்போம்" என்று சொன்னது.

மறுநாள், நீல குட்டிச்சாத்தானின் வீட்டுக்குப் புறப்பட்டது சிவப்பு குட்டிச்சாத்தான். நீல குட்டிச்சாத்தான் வெகு தூரத்தில் மலையில் இருந்தது. ஆனாலும், சிறிய மேகத்தில் ஏறி விரைந்து சென்றது சிவப்பு குட்டிச்சாத்தான். யாருமே இல்லாமல், வீடு அடைத்துக் கிடப்பதை ஆச்சர்யத்துடன் பார்த்தது. என்ன நடந்தது என்று யோசித்துக்கொண்டே வீட்டைச்

சுற்றி பலமுறை நடந்தது. கடைசியில், முன்வாசல் கதவில் இருந்த ஒரு குறிப்பைக் கண்டது. அதில் இவ்வாறு இருந்தது:

" என் அன்புக்குரிய நண்பர் சிவப்பு குட்டிச்சாத்தானே!

நான் மிகவும் தனிமையாக இருப்பதால், நீண்ட பயணம் போகிறேன். நாம் வழக்கமாக செய்வதுபோல, அடிக்கடி சந்தித்தோமேயென்றால், நாம் தந்திரம் செய்ததையும், நீ உண்மையிலேயே என்னை அடிக்கவில்லை என்பதையும் கிராமத்தினர் கண்டுபிடித்துவிடுவார்கள். எனவே, உன்னுடைய புதிய நண்பர்களுடனும், கிராமத்தினருடனும் உன்னை விட்டுவிட்டு நான் வெகுதொலைவுக்குப் போகிறேன். டாட்டா!

உன் நண்பன்
நீல குட்டிச்சாத்தான்"

குறிப்பை இரண்டு அல்லது மூன்றுமுறை சிவப்பு குட்டிச்சாத்தான் அமைதியாக வாசித்தது. பிறகு, சத்தம்போட்டு அழுதது.

கிராமத்தில் புதிய நண்பர்கள் இருக்கிறார்கள், அவர்களுடன் மகிழ்ச்சியாக இருக்க முடியும் என்பது சிவப்பு குட்டிச்சாத்தானுக்கு தெரியும். ஆனால், தான் இழந்துவிட்ட தன் நண்பர் நீல குட்டிச்சாத்தானை நினைக்கும்போதெல்லாம் கவலையில் ஆழ்ந்துவிடும். ஏனென்றால், புதிய நண்பர்களைப் பெறுவது நல்லதுதான், ஆனால் முந்தைய நண்பர்களைத் தக்க வைத்துக்கொள்வதும் நல்லது. இதனால்தான் சிவப்பு குட்டிச்சாத்தான் அடக்க முடியாமல் அழுதது.

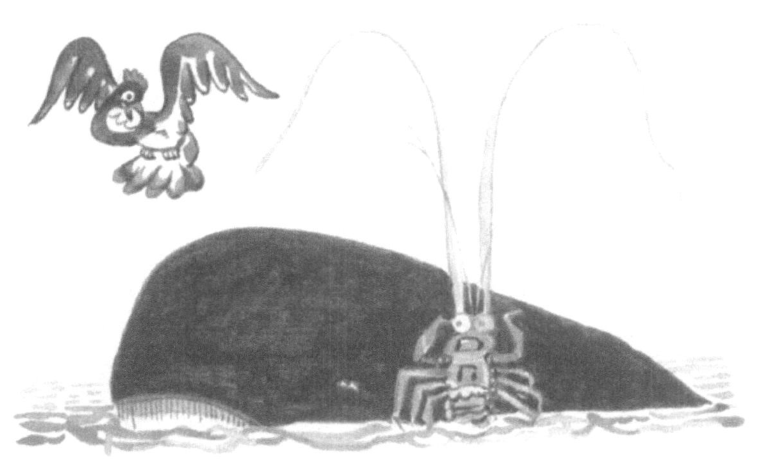

## 12

## உலகிலேயே மிகவும் பெரியது!

வெகுகாலத்துக்கு முன்பு, கடலுக்குள் இருந்த தீவில் மிகப்பெரிய பறவை ஒன்று வாழ்ந்தது. ஆடு அல்லது பசு உள்ளிட்டவற்றை ஒரே மூச்சில் பற்றித் தூக்கிக்கொண்டு பறக்கும் அளவுக்கு வலிமை வாய்ந்தது அந்த பறவை. மிகவும் கர்வத்துடன் இருந்த பறவையானது, "உலகிலேயே நான்தான் பெரியவன். உலகம் முழுக்க நீங்கள் தேடினாலும் என்னைப்போல பெரியதும் பலசாலியுமான ஒருவரை உங்களால் கண்டுபிடிக்க இயலாது" என்று சொன்னது.

ஒருமுறை தென்பகுதியிலிருந்து பறந்துவந்த கடற்பறவையானது, "அப்படியல்ல, பறவையாரே! தென் கடலில் உங்களைவிட மிகப்பெரிய உயிரினங்களெல்லாம் இருக்கின்றன" என்று சொன்னது.

"என்னது! என்ன சொல்கிறாய் நீ? என்னைவிட பெரிய உயிரினமா? நிச்சயமாக நீ சொல்வது தவறாகத்தான் இருக்கும்... சரி, அப்படியென்றால் இப்போதே நான் அங்கு பறந்து போகிறேன். யார் பெரியவர் என்று பார்த்துவிடுவோம்."

பெரிய பறவையானது தென்கடல் நோக்கி பறந்தது. ஆனால், தென்கடல் மிகப் பெரியதாகும். எவ்வளவு தொலைவு சென்றாலும், முடிவே இல்லாதுபோல இருக்கும். "ஆகா! நான் களைத்துப்போய்விட்டேன்" என்று சொன்ன பெரிய பறவை, ஓய்வெடுப்பதற்காக ஓர் இடத்தைத் தேடியது. அந்த நேரத்தில், தூரத்தில் இரண்டு சிவப்பு தூண்கள் அலைகளுக்கு மேலே நிற்பதைப் பார்த்தது.

"இது போதும்!" என்று சொன்ன பறவை, ஒரு தூணில் மெல்ல அமர்ந்தது.

உடனே, பயங்கரமான குரலைக் கேட்டது. "ஏய்! என்ன இது? என்னுடைய உணர்கொம்பில் உட்கார்ந்திருப்பது யார்?" என்று அந்தக் குரல் கத்தியது. பிறகு, அந்த தூண் அசையத் தொடங்கியது. திடீரென, அலைகளுக்கு நடுவிலிருந்து, தூண்கள் என பறவை நினைத்துக்கொண்டிருந்த, மிகப்பெரிய சிங்கி இறால், உணர்கொம்புகளை ஆட்டிக்கொண்டு கடல் நீருக்கு மேலே வந்தது.

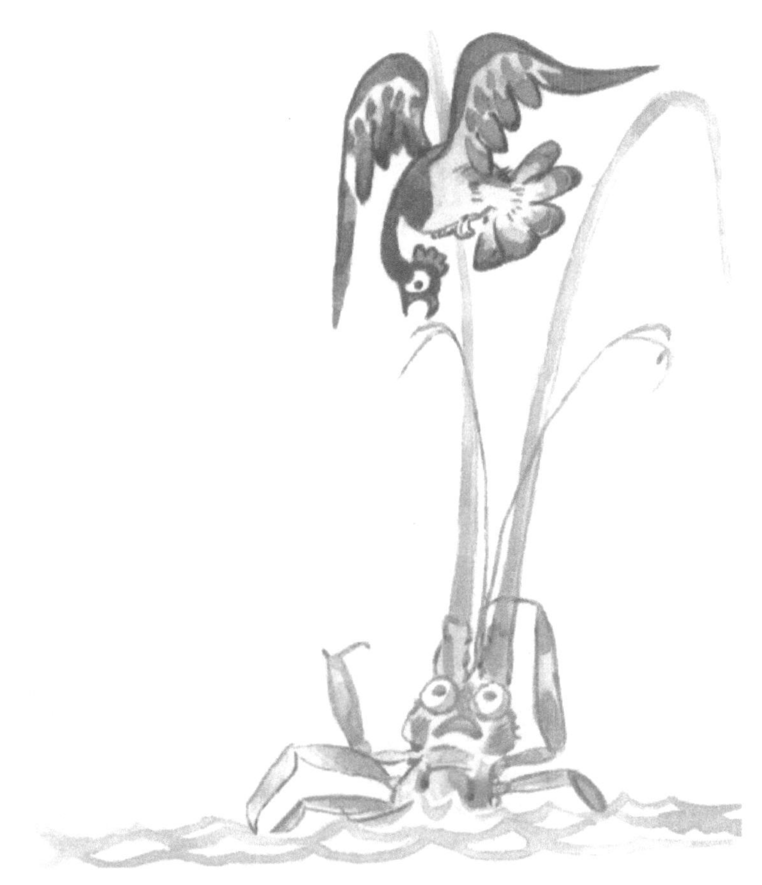

"அட...எவ்வளவு பெரிய மீன்" என்றது பறவை. ஏனென்றால், தன்னைவிட மிக மிகப் பெரிய சிங்கி இறாலை பறவை பார்த்தது. "உண்மையிலேயே நான் போட்டியில் தோற்றுவிட்டேன்" என்றது. அத்தோடு, தன் வீட்டுக்கு பறந்து திரும்பியது பறவை.

"ஹா.. ஹா..ஹா" சிங்கி இறால் சிரித்தது. "நான் உண்மையிலேயே அப்பறவையை பயமுறுத்திவிட்டேன். தானே பெரிய ஆள் என்று நினைத்துக்கொண்டிருந்த கடற்பறவை இப்படி பயந்து ஓடுவது எவ்வளவு மகிழ்ச்சியாக இருக்கிறது. உண்மையிலேயே நான்தான் உலகில் பெரிய ஆள்" என்றது.

இவ்வாறு சொல்லிக்கொண்டு, சிங்கி இறால் பெருமைப்பட்டுக்கொண்டிருந்தபோது, கடற்பறவை அவ்வழியே வர நேர்ந்தது. "ஐயோ, இல்லை... சிங்கி இறால். உங்களைவிட பெரிய உயிரினம் ஒன்று அங்கே இருக்கிறது. தெற்கே இன்னும் கொஞ்ச தூரம் நீங்கள் நீந்தினால் பார்க்கலாம்" என்றது.

"சரி!" என்று சொன்ன சிங்கி இறால், "என்னைவிட பெரிய உயிரினம் இருப்பதாக முட்டாள் சொல்கிறது. அதையும்தான் பார்த்திடுவோமே!" என்றது.

சிங்கி இறால் தொடர்ந்து நீந்தியது. இறுதியில், தெற்கே வெகுதூரம், தென்கடலின் நடுவில் வந்தது.

நீரிலிருந்து பெரிய மலை எழுந்திருப்பதையும், அதில் இரண்டு குகைகள் இருப்பதையும் பார்த்தது.

"ஆஹா! அங்கே இரண்டு அழகான குகைகள் இருக்கின்றன. தூக்கம்தான் உலகிலேயே பெரியது. தூங்குவதற்கு நல்ல இடம் இந்த குகை" என்று சொல்லி மகிழ்ச்சியோடு, தன் உணர்கொம்புகளை இப்படியும் அப்படியுமாக அசைத்துக்கொண்டு அலையில் தவழ்ந்து சென்றது சிங்கி இறால்.

உண்மையில், குகைகள் என சிங்கி இறால் நினைத்தது, திமிங்கிலத்தின் இரண்டு மூக்குகள்.

"ஓ! ஏதோ கூசுகிறதே" என்ற நினைத்தது திமிங்கிலம். ஏனென்றால் திமிங்கிலத்தின் மூக்கிற்குள் தன்னுடைய உணர்கொம்புகளை நுழைத்து ஆட்டியது சிங்கி இறால். "ஆ,……ஆ…அச்" தும்மல் போட்டது திமிங்கிலம்.

பரிதாபத்துக்குரிய சிங்கி இறால், மேலே…மேலே உயரே பறந்தது…. கடலில் இருந்த பெரிய பாறையின் மேலேயே விழுந்தது.

"ஐயோ….என் முதுகு உடைந்துவிட்டதே" சிங்கி இறால் கத்தியது. உண்மைதான், அதன் முதுகு உடைந்துவிட்டது. அதனால்தான், அன்றிலிருந்து அனைத்து சிங்கி இறால்களுக்கும் அதன் முதுகு பகுதியானது, ஓடுகள் உடைந்ததுபோல, வளைந்து காணப்படுகிறது. "நான்தான் உலகிலேயே பெரிய விலங்கு" என சிங்கி இறால் சொல்வதை யாராலும் மறுபடியும் கேட்கமுடியாமல் போனதற்கும் இதுதான் காரணம்.

# 13

## செருப்பு வியாபாரி

வெகுகாலத்துக்கு முன்பு, வயதான தாத்தாவும் பாட்டியும் ஒரு நாட்டில் வாழ்ந்தார்கள். அவர்கள் மிகவும் நேர்மையானவர்கள், ஆனால் மிகவும் ஏழைகள். ஆண்டின் கடைசிநாள் நெருங்கி வருகையில், குழந்தைகள் சிலர் வெளியில் பாடிக்கொண்டிருப்பதைக் கேட்டார்கள். குழந்தைகள் பாடிய பாடல் இதுதான்

"ஓ! புது வருடமே நீ விரைவில் வரப்போகிறாயா?

ஆமாம், நான் மலைக்கு அந்தப்பக்கம்தான் இருக்கிறேன். ஏன்?

ஓ, எங்களுக்கு நல்ல பரிசுகளும் பொருட்களும் கொண்டு வருகிறாயா?

ஆமாம், உயர்தரமான அரிசியில் செய்யப்பட்ட மோச்சி கேக் கொண்டு வருகிறேன். ஏன்?"

புது வருடம் பற்றி குழந்தைகள் பாடிய பாடலைக் கேட்டதும் தாத்தாவும் பாட்டியும் மிகவும் வருத்தமாகவும், தனிமையாகவும் உணர்ந்தார்கள். ஏனென்றால், பணமில்லாததால் அவர்களால் இந்த ஆண்டு புது வருடத்தை கொண்டாட முடியாது.

"அன்பே," பாட்டி சொன்னார், "நாளை மறுநாள் புது வருடம். ஆனால் நம்மிடம் அரிசியே இல்லை. எனவே மோச்சி கேக்குகளை நம்மால் செய்யவே முடியாது. புது வருட நாளில் தின்ன நம்மிடம் மோச்சிகூட இல்லை. மோச்சி இல்லாவிட்டால், அது புதுவருடமே இல்லை."

தாத்தாவும் தலையை ஆட்டிக்கொண்டு அமர்ந்திருந்தார். திடீரென அவருக்கு ஓர் எண்ணம் தோன்றியது. "உடனே நகரத்துக்குச் சென்று எதை விற்க வேண்டும் என்பது எனக்குத் தெரியும். அந்த பணத்தைக் கொண்டு நாம் கொஞ்சம் அரிசி வாங்கி மோச்சி கேக் செய்யலாம்" என்றார்.

உடனடியாக, தாத்தா, நீளமான கம்பு ஒன்றில் வைக்கோலால் ஆன செருப்புகளைக் கட்டி, தோளில் வைத்துக்கொண்டு நகரத்துக்குப் புறப்பட்டார். வலுவான காற்றும், அதிகமான பனியும் நிறைந்த பயங்கரமான குளிர்காலம் அது. நகரத்துக்குள் சென்றதும், "வைக்கோல் செருப்பு! வைக்கோல் செருப்பு" என்று கூவிக்கொண்டே தெருவில் நடக்கத் தொடங்கினார்.

எல்லாரும் பரபரப்பாக இருந்தனர். யாருமே புதிய வைக்கோல் செருப்பை வாங்க விரும்பவில்லை. ஆனால், "வைக்கோல் செருப்பு! வைக்கோல் செருப்பு" என்று கத்திக்கொண்டே தொடர்ந்து நடந்துகொண்டிருந்தார் தாத்தா. ஒரு ஜோடி செருப்பைக்கூட அவர் விற்கவில்லை.

அந்நேரம், மற்றொரு வயதானவர் விறகுக்கரி உள்ள குடுவையை விற்றுக்கொண்டு அவ்வழியே வந்தார். "விறகுக்கரி குடுவை! விறகுக்கரி குடுவை" என்று அவர் கத்திக்கொண்டிருந்தார்.

வீதியில் சந்தித்த இரண்டு பெரியவர்களும் உரையாடத் தொடங்கினார்கள்.

விறகுக்கரி குடுவை விற்பவர், "உங்கள் வியாபாரம் எப்படி?" என்று கேட்டார்.

"ரொம்ப மோசம். ஒருஜோடி செருப்புகூட நான் விற்கவில்லை. புது வருடத்தைக் கொண்டாட எல்லாரும் மிகவும் பரபரப்பாக இருக்கிறார்கள்" என்றார்.

"நானும், ஒரு விறகுக்கரி குடுவைக்கூட விற்கவில்லை" என்று சொன்ன தாத்தா, "வாருங்கள் இரண்டுபேரும் சேர்ந்து நடப்போம். இரண்டு பேருக்கும் அதிர்ஷ்டம் ஏதாவது இருக்கிறதா என்று பார்ப்போம்" என்றார்.

இருவரும் சேர்ந்து நடக்கத் தொடங்கினர். ஒருவர், "வைக்கோல் செருப்பு! வைக்கோல் செருப்பு!" என்று கத்தினார். மற்றவர், "விறகுக்கரி குடுவை! விறகுக்கரி குடுவை!" என்று கத்தினார்.

இருவரும் ஒன்றுகூட விற்கவில்லை. நேரம் ஆக ஆக அவர்களின் குரலும் சத்தமும் குறைந்தது. குளிரும் அதிகரித்தது, மோசமாக பனியும் விழத்தொடங்கியது. கடைசியில், முழுதும் இருட்டியது. ஆனாலும் அவர்கள் ஒன்றுகூட விற்கவில்லை. எனவே, வீட்டுக்குத் திரும்ப அவர்கள் முடிவெடுத்தார்கள்.

அப்போது, விறகுக்கரி குடுவை விற்கிறவர் சொன்னார், "நாம் என்ன பொருளைக் கொண்டுவந்தோமோ அதை அப்படியே வீட்டுக்கு எடுத்துச் செல்வது மிகவும் துயரமானது. நாம் ஏன் வியாபாரம் செய்துகொள்ளக்கூடாது? நீங்கள் என்னுடைய விறகுக்கரி குடுவையை வீட்டுக்கு எடுத்துச் செல்லுங்கள். நான் உங்களின் வைக்கோல் செருப்புகளை எடுத்துக்கொள்கிறேன்" என்றார்.

"அது நல்ல கருத்து" என்று சொன்னார் செருப்பு வியாபாரி. அவர்கள் தங்களுக்குள் வியாபாரம் செய்துகொண்டு வீட்டுக்குத் திரும்பிச் சென்றார்கள்.

செருப்பு வியாபாரி வீட்டுக்குச் சென்றபோது, சொல்ல முடியாத அளவு குளிரில் நடுங்கினார். ஒரு பைசா கூட தன்னால் சம்பாதிக்க முடியவில்லை என்ற தன்னுடைய சோகக் கதையை பாட்டியிடம் சொல்லிவிட்டு, "ஏதோ என்னிடம் இந்த விறகுக்கரி குடுவை இருக்கிறது. வா, குளிர் காய்வோம்" என்றார்.

விறகுக்கரியில் தீமூட்டி, குடுவையைச் சுற்றி

அமர்ந்து குளிர் காய்ந்தார்கள். அவர்கள் மிகவும் தூக்கக் கலக்கத்தில் இருந்ததால், குடுவையிலிருந்து சிறிய பூதம் குதித்து வெளியே வந்து மறைந்து அவர்களைக் கவனித்துக் கொண்டிருந்ததை அவர்கள் கவனிக்கவில்லை.

பூதம், அதிகபட்சம் போனால், ஓர் அங்குலம்தான் இருக்கும். ஆனால், செருப்பு விற்கச் சென்ற தாத்தா பார்த்த, விறகுக்கரி குடுவை விற்ற தாத்தாவைப்போல அப்படியே இருந்தது.

தாத்தாவும் பாட்டியும் தூங்குவதற்குக் கட்டிலுக்குச் சென்றபிறகு, மறைவிடத்திலிருந்து வெளியே வந்த பூதம் சொன்னது, "இந்த வயதானவரைக் குறித்து நான் மிகவும் மனம் வருந்தினேன். அதனால்தான் இந்த மந்திர குடுவையை அவரிடம் கொடுத்தேன். இதிலிருந்து வருகிற ஒவ்வொரு தீப்பொறியும் தங்கமாக மாறும்" என்று சொல்லிவிட்டு மறைந்தது.

உண்மைதான், மறுநாள் காலையில் தாத்தாவும் பாட்டியும் கண் விழித்தபோது, அவர்களின் சமையலறையில் தங்கக் குவியலைக் கண்டார்கள். மிகவும் ஆச்சர்யப்பட்டாலும், மகிழ்ச்சியடைந்தார்கள். அவர்களால் நிறைய அரிசி வாங்கி புது வருடத்திற்கு அற்புதமான மோச்சி கேக் செய்ய முடிந்தது. மறுபடியும் பனியில் சென்று வைக்கோல் செருப்பு விற்கும் நிலை ஒருபோதும் தாத்தாவுக்கு ஏற்படவில்லை.

## 14

## பாடும் ஆமை

ஒருகாலத்தில் இரண்டு சகோதரர்கள் வாழ்ந்தார்கள். ஒருவர் கடின உழைப்பாளி. நாள் முழுவதும் நிலத்தில் வேலை செய்தார். மிகவும் கஷ்டப்பட்டு உழைத்தாலும், ஒருபோதும் கோபமாகவோ அல்லது இரக்கமற்றவராகவோ இருந்ததில்லை. உண்மையில், அவர் விரும்பி வேலை செய்யவில்லை. அம்மா மிகவும் நோயுற்றிருந்தார். அம்மாவுக்கு இம்மகன் சம்பாதிக்கும் சிறு தொகை தேவைப்பட்டது. எனவே, குறையேதும் சொல்லாமல், மிகுந்த களைப்பாக இருந்தபோதும் மகன் வேலை செய்தார்.

காலையில் எழுந்து வேலைக்குச் செல்வது மிகவும் கஷ்டமாக இருந்தாலும், எப்போதும் சிரித்த முகத்தோடு தம் அம்மாவுக்காக இதைச் செய்தார். மாலையில் களைத்துப்போய்,

நடக்கவே முடியாமல் வீட்டுக்குத் திரும்பினார். இருப்பினும், தான் தூங்குவதற்கு முன், அம்மாவுக்கு இரவு உணவு கொடுத்து கட்டில் துணியை கட்டில் மெத்தைக்கு கீழே மடக்கிவிட்டு, படுக்கையைச் சரிசெய்து வைத்தார்.

மற்ற சகோதரர் முற்றிலும் வித்தியாசமானவர். மிகவும் சோம்பேறி. நாள் முழுவதும், வேலை செய்ய வேண்டிய நேரத்திலும், புல் மேல் படுத்திருப்பார். அல்லது சும்மா பூக்களைப் பிடுங்குவார். எப்போதும் கோபப்படுவார். இரக்கமே இல்லாதிருந்தார். எப்போது அவருக்கு பணம் தேவையோ அப்போது, அம்மாவிடம் செல்வார். அம்மா தன்னால் முடிந்த அளவு சேமித்திருந்த சிறு தொகையைக் கொடுப்பார். ஆனால், ஒருபோதும் இச்சகோதரன் திருப்தி அடைந்ததே கிடையாது, தொடர்ந்து குறை சொன்னார். நாள் முழுவதும் தூங்கினார். காலையில் எழுவதை வெறுத்தார். எப்போதும் தன் சகோதரனைத் திட்டினார். அம்மாவிடம் உறுமினார். பணத்துக்காக மாலையில் வீட்டுக்குத் திரும்பும் இவர், நகரத்துக்குச் சென்று, நள்ளிரவுவரை பணத்தை விரயமாக செலவழித்தார்.

கடின உழைப்பாளியான சகோதரர் எவ்வளவு கஷ்டப்பட்டு உழைத்தாலும், குடும்பம் மேலும் மேலும் வறுமையில் உழன்றது. அவர்களின் பணத்தை சோம்பேறி சகோதரர் விரைவாக செலவு செய்தார்.

ஓர் இளவேனிற்கால காலையில், முதல் சகோதரர் கொஞ்சம் விறகு வெட்டிய பிறகு அம்மாவிடம்

சொன்னார், "இன்று இரவு நாம் சாப்பிட நம்மிடம் எதுவுமே இல்லை. எனவே நகரத்துக்குச் சென்று இந்த விறகை விற்றால் ஏதாவது பணம் கிடைக்குமா என பார்க்கிறேன்." அம்மா சொன்னார், "உன்னால் முடியும் என்று நான் நம்புகிறேன். ஆனாலும், ரொம்ப கஷ்டப்பட்டு உழைக்காதே. நீயும் என்னைப்போல நோயாளியாகிவிடுவாய்."

விடிந்த பிறகும், குப்புற படுத்து தூங்கிக்கொண்டிருந்த இளைய சகோதரர் ஏதும் சொல்லவில்லை. சத்தமாக குறட்டை மட்டும் விட்டார். முதல் சகோதரர் அதிகமான விறகுகளைக் கட்டி முதுகில் சுமந்துகொண்டு பயணத்தைத் தொடங்கினார்.

நாள் முழுவதும் விற்க முயன்றும், ஒரு விறகுக்கட்டையைக்கூட விற்க இயலவில்லை. மிகவும் வெறுத்துப்போனார். கடைசியில், கனமான விறகுக்கட்டினை மறுபடியும் முதுகில் சுமந்துகொண்டு, வீட்டில் உள்ளவர்கள் இன்று எப்படி சாப்பிடுவார்களோ! எனும் கவலையுடன் வீட்டை நோக்கி நடக்கத் தொடங்கினார். களைப்போடு காட்டு வழியே நடந்தபோது, முதுகும் மனதும் மிகவும் கனமாக இருந்தது. வழக்கமாக மதிய உணவு சாப்பிடும் சிறிய நீர்ச்சுனை அருகே வந்தார். மரத்தின் அருகே விறகை

போட்டுவிட்டு மரக்கட்டை ஒன்றில் அமர்ந்து அழத் தொடங்கினார்.

அவர் வளர்ந்த ஆண். வளர்ந்த ஆண்கள் வழக்கமாக அடிக்கடி அழமாட்டார்கள். மிகவும் கவலையோடிருந்தார். அவர் அழுதபோது திடீரென ஒரு குரல் கேட்டது, "ஏன் அழுகிறாய்?". இந்த இளைஞர், சுற்றிலும் பார்த்தார், யாருமே இல்லை. "நீ உன்னுடைய மூக்கை ஊது" மறுபடியும் குரல் சொன்னது. ஆனாலும் அவரால் யாரையும் பார்க்க இயலவில்லை.

"நீ எங்கே இருக்கிறாய்?" என்று கேட்டார்.

"மூக்குக்கு கீழே நீ ஊதினால் நன்றாக இருக்கும்" என்றது குரல். இளைஞர் குனிந்து பார்த்தார். அங்கே ஓர் ஆமை சிறிய மரக் கட்டையின் மீது மிதந்துகொண்டிருந்தது.

"நீயா பேசினாய்?" இளைஞர் கேட்டார்.

"உண்மைதான், என்னைத் தவிர இங்கு வேறு யாரும் இல்லை. நீ, மூக்குக்கு கீழே ஊதினால் நன்றாக இருக்கும்.

"ஆனால், ஆமைகள் பேசாதே" என்றார் இளைஞர்.

"இந்த ஆமை பேசும். நான் பாடக்கூட செய்வேன். எனக்கு பாடுவது பிடிக்கும்"

"பாடுவியா?" என கேட்டார்.

"உன் மூக்கை ஊது" என்றது ஆமை. அந்த இளைஞர் மூக்கை ஊதியதும், ஆமை தொடர்ந்து பேசியது, "நான் மிகவும் அழகாக பாடவும் செய்வேன். ஆனால், நீ பிரச்சினையில் இருக்கிறாய், அப்படித்தானே?" முதல் சகோதரர் ஒத்துக்கொண்டார். தன் மொத்தக் கதையையும் ஆமைக்குச் சொன்னார். அவர் சொல்லி முடித்ததும் ஆமை சொன்னது, "நல்லது, நீ பலமுறை எனக்கு உணவளித்துள்ளாய். எனவே இப்போது நான் உனக்கு உணவு தருகிறேன்."

"நீ என்ன சொல்ல வருகிறாய், நான் உன்னை சாப்பிட வேண்டும் என்று சொல்கிறாயா?" என்று கேட்ட இளைஞர், "நட்பாக இவ்வளவு நேரம் பேசிய பிறகு, என்னால் உன்னை சாப்பிட முடியும் என்று தோன்றவில்லை" என்றார்.

"இல்லை, இல்லை" உடனடியாக மறுத்த ஆமை, "நீ என்னை நகரத்துக்குக் கொண்டு செல். அங்கே நான் பாடுவேன். பிறகு, மக்கள் உனக்கு பணம் தருவார்கள்" என்றது.

இளைஞரால் ஒரு முடிவுக்கு வர இயலவில்லை. "உன்னால் உண்மையிலேயே பாட முடியுமா?" என்று கேட்டார்.

ஆமை விரக்தியுடன் அவரைப் பார்த்தது. "நிச்சயமாக என்னால் முடியும் – நான் சொல்வதை மட்டும் கேள்" என்றது. பிறகு, ஆமை பாடத் தொடங்கியது. உண்மையில், அவ்வளவு நன்றாகவெல்லாம் பாடவில்லை. ஆனாலும், புதுமையாக ஆமை பாடுவதைப் பார்க்கும் அனைவரும், அது நன்றாகப் பாடுகிறதா இல்லையா என்பதையெல்லாம் பார்க்கப்போவதில்லை.

"அருமை" என்று சொன்ன இளைஞர், ஆமையைத் தூக்கிக்கொண்டு மறுபடியும் நகரத்துக்குள் சென்றார்.

ஆமை மிகவும் அழகாக இருப்பதாக நினைத்தார்கள் நகரத்து மக்கள். இதற்கு முன்பாக ஆமை பாடியதை அவர்கள் கேட்டதே இல்லை. ஆமை நிறைய பாடல்கள்

பாடியபிறகு, ஆமையையும், கஷ்டப்பட்டு உழைக்கும் இளைஞரையும் பணத்தால் குளிப்பாட்டினார்கள்.

அந்த பணத்தை எடுத்து உணவு வாங்கிக்கொண்டு ஆமையுடன் விரைந்து வீட்டுக்குத் திரும்பினார் இளைஞர். உணவைப் பார்த்ததும் அம்மா ஆச்சர்யப்பட்டார். என்ன நடந்தது என்பதை மகன் விளக்கினார். ஆமையும் அவ்வப்போது புத்திசாலித்தனமாக தலையை ஆட்டியது. அவர்கள் அனைவரும் மகிழ்ச்சியாக இருந்தனர். அப்போது உள்ளே நுழைந்த சோம்பேறி இளைஞர் அனைத்து உணவையும் சாப்பிட்டுவிட்டார்.

"நீ நிறைய பணம் சம்பாதிக்கவில்லை. நீ மட்டும் ஆமையை என்னிடம் கொடுத்தாய் என்றால் நான் நிறைய செல்வத்தைக் கொண்டு வருவேன்" என்றார் சோம்பேறி இளைஞர்.

"இல்லை, கொண்டுவரமாட்டாய். நீ இதை எடுத்துக்கொண்டு ஓடிவிடுவாய். ஆமையை உனக்குத் தர இயலாது" என்றார் கடின உழைப்பாளியான மூத்த சகோதரர்.

இது, சோம்பேறி சகோதரரை கோபமூட்டியது. கண்ணிமைக்கும் நேரத்தில் இருவரும் சண்டைபோடத்

தொடங்கினர். மூத்த சகோதரரை அடித்துக் கீழே தள்ளிவிட்டு, தனியாக ஆமையை எடுத்துக்கொண்டு நகரத்துக்குச் சென்றார் சோம்பேறி சகோதரர்.

நகரத்தில் மக்கள் கூடியதும், கொடூர எண்ணம் கொண்ட சகோதரர், அனைவரையும் பணம் தரச் சொன்னார். பிறகு, ஆமையை தன் கை மீது வைத்துக்கொண்டு "பாடு" என்று கட்டளையிட்டார். ஒரு வார்த்தைகூட ஆமை பாடவில்லை. மிகவும் கோபப்பட்ட சகோதரர், இறுக்கிப் பிடித்துக்கொண்டு "பாடு" என்று கத்தினார். எவ்வித சத்தமும் ஆமையிடமிருந்து வரவில்லை. ஆமையை அடிக்கத் தொடங்கினார். அது, ஆமையை எந்தவிதத்திலும் காயப்படுத்தவே இல்லை. தன் கனமான ஓட்டுக்குள் சென்றுவிட்டது.

தொடக்கத்தில் மக்கள் சிரித்தார்கள். ஆனால், ஆமை பாடப்போவதில்லை என்று உணர்ந்தவுடன், மிகவும் கோபம்கொண்டு தங்களின் பணத்தைத் திரும்பக் கேட்டார்கள். "இது, வழக்கமான சாதாரண ஆமை" என்றார்கள்.

பயந்துபோன தீய எண்ணமுள்ள சகோதரர். "இல்லை, நேற்று நீங்கள் பாடக் கேட்ட அதே ஆமைதான்" என்றார். ஆமையின் கடினமான மேற்பகுதியை

மறுபடியும் பலமாக அடித்து, "பாடு, பாடு!" என்று கத்தினார். கடைசியில், கெஞ்சத் தொடங்கினார், "தயவு செய்து பாடு, தயவு செய்து பாடு!" ஒரு வார்த்தைகூட ஆமை பாடவில்லை.

இன்னும் கோபப்பட்ட மக்கள், "ஆமையை இவன் அடிப்பதுபோலவே இந்த ஏமாற்றுக்காரனையும் நாம் அடிப்போம்" என்றார்கள். தீய எண்ணமுள்ள அந்தச் சகோதரரை பலமாக அடிக்கத் தொடங்கினார்கள். அவர் வலியில் கத்தினார். ஏனென்றால், தன்னைப் பாதுகாத்துக்கொள்ள கனமான ஓடு அவரிடம் இல்லையே. அவரை அடித்து நகருக்கு வெளியே விரட்டினார்கள்.

ஆமை, தன் தலையை வெளியே நீட்டி, தவழ்ந்து நல்ல சகோதரரும் அவரது அம்மாவும் உள்ள வீட்டுக்குத் திரும்பிச் சென்றது. "நல்லது, அந்த மோசமான மனிதர் தொலைந்தார். அவரை அடித்துத் துரத்திவிட்டார்கள். திரும்பி வருவதற்கு அவருக்கு துணிச்சல் இருக்காது" என்றது.

தாயும் சகோதரரும், தாம் கண்டிப்பாக வருத்தப்பட வேண்டும் என நினைத்தார்கள். ஆனாலும், பிரச்சினையிலிருந்து விடுபட்டதாக நினைத்து ஆறுதல் அடைந்தார்கள். சிறிது நேரத்தில், மூவரும் சேர்ந்து சிரித்தார்கள்.

ஆமையானது தன் ஓட்டின் ஓரத்தில் கூச்சத்தோடு பார்த்து, "நான் உங்களுடன் தங்கிக்கொள்ளவா? ஏனென்றால் என்னால் பேசவும் பாடவும் முடியும் என்பதால் மற்ற ஆமைகள் என்னை வித்தியாசமாகப் பார்க்கின்றன. மனிதர்களுடன் இருக்கும்போது, நான் மிகவும் பாதுகாப்பாக உணர்கிறேன். உங்களுக்காக என்னால் பணம் சம்பாதிக்க முடியும்" என்று சொன்னது.

அம்மாவும் நல்ல சகோதரரும், "தயவுசெய்து எங்களுடன் தங்கு. நீ பணம் சம்பாதித்தாலும், இல்லையென்றாலும் எங்களுக்கு உன்னைப் பிடித்துள்ளது" என்றார்கள்.

இவ்வாறாக, அந்த ஆமை அவர்களுடன் தங்கி வாழ்ந்தது. நகரத்தில் அடிக்கடி பாடல் பாடியது. பாடலைக் கேட்பதற்காக நகர மக்கள் கொடுத்த பணத்தில் அவர்கள் மூவரும் மகிழ்ச்சியாக வாழ்ந்தார்கள்.

## 15

# விலாங்கு மீன் பிடிப்பவரான சபுரோ

ஒருகாலத்தில், விலாங்கு மீன் பிடிப்பதில் புகழ்பெற்ற சபுரோ வாழ்ந்தார். அவர் மிகவும் கை தேர்ந்தவர் என்பதால், அவரின் தூண்டில் முள்ளில் இருந்து விலாங்கு மீன்களால் தப்பிக்கவே இயலாது. எனவே, எப்போதும் நிறைய விலாங்கு மீன்களை அவர் பிடித்தார். ஒரு மீன் பிடித்ததும், நேரடியாக வீட்டுக்கு ஓடிச்சென்று நெருப்பில் வைப்பார். வெந்தபிறகு, நெருப்பிலிருந்து எடுத்து, சோற்றில் வைத்து தன் உதடுகளைச் சப்பிக்கொண்டே சாப்பிடுவார். விலாங்கு மீன்கள் மிகவும் சுவையானவை என்று அவர் நினைத்தார்.

ஒருநாள் மீன் பிடித்துக்கொண்டிருந்தபோது, தூண்டிலை இழுக்க மிகவும் சிரமமாக இருந்தது. "இது கண்டிப்பாக பெரிய மீனாக இருக்கும்" என்று தனக்குள் சொன்ன சபுரோ, முடிந்த மட்டும் பலங்கொண்டு இழுத்தார்.

"ஊ...ஆ..." என்று கத்தி, இதுவரை அவர் பார்த்திராத பெரிய அளவு விலாங்கு மீனைப் பிடித்தார். விலாங்கு நீருக்கு வெளியே தெரிய ஆரம்பித்தவுடன், "என்னே பெரிய விலாங்கு" சபுரோ கத்தினார். ஆனால், இழுத்த வேகத்தில் தலைக்குப் பின்னே சென்று நிலத்தில் உறுமிக்கொண்டு விழுந்தது.

"வேடிக்கையாக உள்ளது" விலாங்கு மீனைப் பார்த்துக்கொண்டு சபுரோ சொன்னார், "விலாங்கு மீன்களால் உறும முடியாது. அவைகளால் முடியும் என்றுகூட நான் நம்பவில்லை. சரி பார்ப்போம். எங்கேபோய் விழுந்தது?" சபுரோ மரங்களைச் சுற்றி, உயரமான புற்களைச் சுற்றி, பெரிய கற்களுக்குக் கீழே, தேடினார். விலாங்கு மீனை எங்கேயுமே பார்க்க இயலவில்லை.

"என்ன இது விசித்திரமாக இருக்கிறதே!" தலையைச் சொறிந்தபடி, "நான் வேகமாக இழுத்த இழுப்பில்

மலைக்கு அந்தப்பக்கம் பறந்து போய்விட்டதென்று நினைக்கிறேன்" என்றார். தொடர்ந்து தேடியபோது, திடீரென பெரிய, நீளமான, கருப்பான ஏதோ ஒன்றை புதருக்குக் கீழே பார்த்தார்.

"ஆகா!" என்று சொல்லிக்கொண்டு விரைந்து சென்றார் சபுரோ. அருகில் சென்றபோது, அது ஒரு பெரிய, கருப்பு நிற கம்புதான், விலாங்கு மீன் இல்லை என்பதைக் கண்டார். "விலாங்கு மீனும் கம்பும் ஒரே மாதிரி இருக்கும் என்பது எனக்குத் தெரியவே தெரியாது" என்று தலையைச் சொறிந்துகொண்டே சொன்னார்.

அப்போது, புல்லின் மீது காட்டுப்பன்றி ஒன்று தூங்கிக்கொண்டிருப்பதைப் பார்த்தார். "அட கொடுமையே! நான் மிகவும் கவனமாக இருக்க வேண்டும். காட்டுப் பன்றிகள் மிகவும் ஆபத்தானவை" என்றார்.

தூங்கிக்கொண்டிருந்த காட்டுப்பன்றியைச் சுற்றி மெல்ல கால்விரல்களின் நுனியில் நடந்தார். நடுங்கிக்கொண்டே, "அப்பாடா! வந்தாச்சு" என்றார். தனியாக இருக்கும் சபுரோவைத் தாக்குவதற்கு வழக்கமாக இந்த சத்தம் போதுமானதாக இருந்தாலும் காட்டுப்பன்றி அசையவே இல்லை. எனவே, சபுரோ,

நடந்து அருகில் சென்றார். காட்டுப்பன்றியின் மீது விலாங்கு மீன் கிடப்பதைப் பார்த்தார்.

காட்டுப்பன்றி அசையாமல் படுத்திருந்தது. அதன் மீது, விலாங்கு மீன் சுருண்டு கிடந்தது, அதன் தலை, காட்டுப்பன்றியின் தோளில் தொங்கியது. "ஓ, அது சரி!, அவர்கள் இரண்டு பேரும் நண்பர்களாகியிருக்கிறார்கள். காட்டுப்பன்றியும் விலாங்கு மீனும் ஏற்கெனவே நண்பர்கள் என எனக்கு இதுவரை தெரியவே இல்லையே" என்றார். இன்னும் அருகே சென்று பார்த்தார். காட்டுப்பன்றியும் விலாங்கு மீனும் ஏறக்குறைய இறந்துவிட்டன எனக் கண்டார்.

"ஆச்சரியமாக இருக்கிறது! நிச்சயமாக, விலாங்கு மீன் உறுமுவதை நான் தெளிவாகக் கேட்டேன்" என்றார் சபுரோ. நின்று தலையைச் சொரிந்து யோசித்தார். "இல்லை. இப்படித்தான் நடந்திருக்கும் என நினைக்கிறேன். விலாங்கு மீன் காட்டுப்பன்றியின் மீது விழுந்தது, காட்டுப்பன்றி உறுமியது. இப்படித்தான். பிறகு, தண்ணீரைவிட்டு வெளியே வந்ததால் விலாங்கு மீன் செத்திருக்கும். காட்டுப்பன்றியோ பயத்தில் இறந்திருக்கும்."

ஆமாம்! அப்படித்தான் நடந்துள்ளது. காற்றில் நீந்திச் சென்ற விலாங்கு மீன், வளைந்து நெளிந்து சென்று தூங்கிக்கொண்டிருந்த காட்டுப்பன்றியின் முதுகில் பெரும் சத்தத்துடன் விழுந்தது. காட்டுப் பன்றிகள்

என்னதான் ஆக்ரோசமானதாக இருந்தாலும், மிகவும் மென்மையானவைகள். அதிர்ச்சிகளை அவற்றின் நரம்புகளால் தாங்க இயலாது.

"ஓ, என்னே அதிர்ஷ்டம்" சபுரோ தனக்குள் சொல்லிக்கொண்டார். "காட்டுப்பன்றி, விலாங்கு மீன் இரண்டுமே மிகவும் சுவையானவை. ஆகா! நல்ல விருந்துதான் இன்று!"

நின்று யோசித்தார். "காட்டுப்பன்றியை எப்படி இன்று இரவு வீட்டுக்குக் கொண்டு செல்வது?" தலையைச் சொறிந்தார். "காட்டுப்பன்றியை வீட்டுக்குத் தூக்கிச் செல்ல ஏதாவது ஏற்பாடு செய்ய வேண்டும். இதோ இங்கே சில கொடிகள் இருக்கின்றன. அவைகளில் சிலவற்றை எடுத்து, காட்டுப்பன்றியை முதுகில் கட்டுவதற்குப் பயன்படுத்துவேன். இவ்வாறாக வீட்டுக்கு என்னால் கொண்டுசெல்ல முடியும்" என்றார்.

கொடிகளை இழுத்தார். கையில் பிடித்து இழுத்த சிறிது நேரத்தில் கையோடு ஒன்று வந்தது. அதன் நுனியில் காட்டுக் கிழங்கு இருந்தது. "ஆகா! என்னே ஆச்சர்யம்! காட்டுக் கிழங்கு. இது எவ்வளவு சுவையாக இருக்கும்!" என்றார். வழக்கமாக காட்டுக் கிழங்குகள் நிலத்திலிருந்து பிடுங்குவதற்கு மிகவும் கடினமாக இருக்கும். இன்று அவைகள் மற்ற எல்லாவற்றையும்போல இலகுவாக கைக்கு வந்தன.

"இப்போது என்னிடம், காட்டுப்பன்றி, விலாங்கு மீன் மற்றும் காட்டுக் கிழங்கு இருக்கிறது. காட்டுக் கிழங்கைக் கொண்டுசெல்ல ஏதாவது ஏற்பாடு செய்ய வேண்டும். இதோ இங்கே நாணற்புல்கள் இருக்கின்றன. இவைகளைப் பயன்படுத்துவேன்" என்றார் சபுரோ. நாணற்புல்களைப் பிடுங்கச் சென்றார். நெருக்கமாக இருந்த நுனிப்பகுதிகளைப் பிடித்து பலங்கொண்டு இழுத்தார்; பிறகு அவை இலகுவாகின. ஒருமுறை சத்தம் எழுப்பியது பின்னர் கையில் விழுந்தது.

"என்ன இது! நாணலில் இறகுகள் இருக்கின்றன?" சபுரோ வியந்தார். இது வால்காக்கையுடையது அல்லவா? – வால்காக்கை என்பது, அழகான, பச்சை மற்றும் சிவப்பு தலை, பழுப்பு நிற இறக்கைகள் மற்றும் மிக நீளமான வால் உடைய பறவையாகும்; "நல்லது! என்னே அழகான பறவை நீ" என்று பறவையின் தலையில் தட்டிக்கொண்டே சபுரோ சொன்னார். பறவை அசையவே இல்லை. பறவையின் தலையைத் திருப்பி இழுத்தார். அங்கே, பறவையின்

காலடியில் கூடு இருந்தது, அதில் பெரிய 13 முட்டைகள் ஒளிர்ந்தன.

"ஆகா, நிச்சயமாக 13 இன்று என்னுடைய அதிர்ஷ்ட எண்," என்று சொன்ன சபுரோ, இங்கே என்னிடம் காட்டுப்பன்றி, விலாங்கு மீன், நிறைய காட்டுக் கிழங்கு, அழகான வால்காக்கை, மற்றும் 13 முட்டைகள் இருக்கின்றன. வீட்டுக்குச் சென்றதும் சுவையான விருந்து சாப்பிடலாம்" என்றார். "ஆனால், எப்படி இவைகளை வீட்டுக்கு எடுத்துச் செல்வது என்று தெரியவில்லையே" என்று யோசித்தார்.

இந்த பெரிய பிரச்சினை குறித்து அவர் யோசித்தார், யோசித்தார், மேலும் யோசித்தார். ஒரு மனிதரால் சுமக்க முடிவதைவிட அதிகமாக இருப்பதாகவே உண்மையில் தெரிந்தது. ஆனால், இந்த அற்புதமான பொருட்கள் எதையும் விட்டுவிடக்கூடாது என்பதில் உறுதியாக இருந்தார். கடைசியில் நாணற்புல்கள் சிலவற்றை எடுத்து கூடை பின்னினார். அகலமாகவும், அழுத்தமாகவும், வலுவாகவும் கட்டியபிறகு, வால்காக்கை மற்றும் முட்டைகளை கூடையில் வைத்து பாசியால் கவனமாக மூடினார். காட்டுப்பன்றியை முதுகில் வைத்து கொடிகளால் உறுதியாகக் கட்டினார். கிழங்குகளைக் கட்டி தன் கழுத்தில் போட்டு இருபுறமும் தொங்க விட்டார். இன்னும் சில வலுவான கொடிகளால் விலாங்கு மீனைக் கட்டி ஒரு கையில் தூக்கினார். அனைத்தும் முடிந்தபோது, கோமாளிபோல இருந்தார். ஆனால், அனைத்தும் பாதுகாப்பாக இருந்தன.

விலாங்கு, காட்டுப்பன்றி, கிழங்கு, அழகான பெருத்த வால்காக்கை, 13 முட்டைகளை

எடுத்துக்கொண்டு இப்படித்தான் அவர் வீட்டுக்குச் சென்றார். போகும் வழியெங்கும், வீட்டுக்குச் சென்றதும் தான் சாப்பிடப்போகும் அற்புதமான விருந்து குறித்து யோசித்துக்கொண்டே சென்றார். வாய் முழுவதும் உமிழ்நீர் ஊறியது. அவருக்கு இருந்த மகிழ்ச்சியில், எவ்வளவு பெரிய சுமையை சுமந்து வருகிறோம் என்பதையே கவனிக்கவில்லை.

வீட்டுக்குத் திரும்பியதும், அனைத்தையும் சமையலறை தரையில் போட்டுவிட்டு, அவருக்கு என்ன நடந்தது என்று நின்று யோசித்தார். எந்த அளவு யோசித்தாரோ அந்த அளவு அவர் கோமாளியாகத் தெரிந்தார். மெல்ல சிரிக்கத் தொடங்கினார். தொடக்கத்தில் மெல்ல சத்தம் வராமல் சிரித்தார். பிறகு, தரையில் உருண்டு சத்தமாகச் சிரித்தார். சிரித்துக்கொண்டே பேசும் நிலை வந்தபோது, "நான் விலாங்கு மீன் பிடிப்பதில் வல்லவன், ஆமாம் உண்மைதான்" என்றார். அந்த இரவு சுவையான உணவு உண்டு களிக்கும் வரை சிரித்துக்கொண்டே இருந்தார்.

16

# கிந்தாரோவின் சாதனைகள்

ஒருகாலத்தில் அஷிகாரா என்ற மலைக் காட்டின் அடிவாரத்தில் விறகுவெட்டி ஒருவரும் அவரின் மனைவியும் வாழ்ந்தார்கள். இந்த விறகுவெட்டி, கியோட்டோ நகரில் சிறந்த போர்வீரராக முன்பு வாழ்ந்தவர். அப்போது ஜப்பானின் தலைநகராக கியோட்டோ விளங்கியது. ஆனால், அவரின் எதிரிகள் மிகவும் பலமிக்கவர்களாக இருந்ததால், உயிரைக் காப்பாற்றிக்கொள்ள தன் மனைவியுடன் தப்பி மலைப்பகுதிக்குள் வரும்படி ஆகிவிட்டது.

மலைக்கு வந்த சிறிது காலத்திலேயே, விறகுவெட்டியின் மனைவி அழகான, ஆரோக்கியமான ஒரு குழந்தையைப் பெற்றெடுத்தார். மிகவும் மகிழ்ந்த விறகுவெட்டி, கியோட்டோவில் இருக்கும் அனைத்து தங்கத்தையும் விட இவனே

மதிப்புமிக்கவன் என்று சொல்லும்படி, அக்குழந்தைக்கு கிந்தாரோ அதாவது, தங்க மகன் எனும் பெயர் வைத்தார். அவரின் மனைவி தன்னிடம் இருந்த அழகான நகை ஒன்றை எடுத்து சிறுவனின் கழுத்தில் போட்டார். நகையானது சிவப்பு பவளத்தால் செய்யப்பட்டதாகும். பிறகு, "இந்தக் குழந்தை நல்ல மனிதனாகவும், பலமான, ஆரோக்கியமான, சிறப்பான மனிதனாகவும் வளர தயைகூர்ந்து உதவி செய்யும்" என்று ஜெபம் செய்தார்கள்.

கிந்தாரோ பிறந்த சில வாரங்கள் கழித்து, அவனது தந்தை விறகு வெட்டுவதற்காக வெகுதூரம் மலைகளுக்குள் சென்றார். தொட்டிலில் கிந்தாரோவைத் தூங்க வைத்துவிட்டு, அந்நேரத்தில், மலையடிவாரத்தில் இருந்த நீரோடைக்கு சில துணிகளைத் துவைக்கச் சென்றார் தாய். துவைத்துக்கொண்டிருந்தபோது, திடீரென, குழந்தை கிந்தாரோ கத்தி அழுவது கேட்டது. "என்ன காரணமாக இருக்கும்?" என்று சொன்னவர் வீட்டுக்குத் திரும்பியதும் சிறிய அறையில் அச்சமூட்டும் ஒன்றைப் பார்த்தார்.

பெரிய கரடி ஒன்று அழுகின்ற சிறுவனைக் கையில் தூக்கிக்கொண்டு அறையிலிருந்து வெளியே ஓடியது. குழந்தையை இறுக்கமாகவும், ஆனால் பாதுகாப்பாகவும், பிடித்துக்கொண்டு மலைகளை நோக்கி கரடி ஓடியது.

"உதவி! உதவி" கிந்தாரோவின் அம்மா தன்னால் முடிந்த மட்டும் கத்தினார். கரடியைப் பின்தொடர்ந்தும் ஓடினார்.

கோபப்பட்ட அம்மா தன்னைப் பின்தொடர்ந்து ஓடிவருவதைக் கண்ட கரடி, திரும்பி செங்குத்தான பாறையில் குதித்தது, ஆனால் கிந்தாரோவை கையில் பிடித்திருந்தது. தூரத்தில் இருந்த மலையை நோக்கி பள்ளத்தாக்கில் குதித்து ஓடியது.

"உதவி! உதவி! கிந்தாரோவை திருடிவிட்டார்கள்" என்று மீண்டும் கத்தினார்.

அப்போதுதான் கிந்தாரோவின் தந்தை திரும்பிவந்தார். என்ன நடக்கிறது என்பதைப் பார்த்து, அகலமான கோடாரியை எடுத்துக்கொண்டு கரடிக்குப் பின்னே ஓடினார். தொடர்ந்து உதவிக்காக கத்திக்கொண்டு ஓடுகையில், வழியில் இருந்த மற்ற விறகுவெட்டிகளும், விவசாயிகளும் சேர்ந்து கோடாரிகளோடும், அரிவாள்களோடும், தடிகளோடும் துரத்தினார்கள்.

வெகுதூரம் ஓடிய கரடி, மிகவும் ஆழமான மலை இடுக்குக்குள் வேகமாக ஓடும் நீரோடைக்கு மறுபக்கம் சென்றது. அந்தப்பக்கம் செல்வதற்கான ஒரே வழி, குறுக்கே இருந்த நீளமான குறுகிய ஒரு மரத்தடி மட்டுமே. விரைவாக அந்தக் கட்டையில் ஓடி மறுகரையை அடைந்த கரடி, நின்று, அந்தக் கட்டையை எடுத்து நீரில் வீசியது.

கரடியைப் பின்தொடர்ந்து ஓடியவர்களால் மறுபக்கம் கடந்துசெல்ல இயலவில்லை. என்ன செய்வதென்று தெரியாமல் நின்றார்கள். ஆனால், கிந்தாரோவைத் தூக்கிக்கொண்டு அமைதியாக தன் இல்லம் நோக்கிச் சென்றது கரடி.

கரடியின் வீடானது மலையில் ஆழமான குகையில் இருந்தது. அங்கே குகைக்குள் அம்மா கரடி

அழுதுகொண்டிருந்தது. ஏனென்றால், அதன் குழந்தை பிறந்தவுடன் இறந்துபோயிருந்தது. தந்தை கரடி குகைக்குள் வந்து சொன்னது, "இங்கே பார், மீண்டும் நான் உனக்கு ஒரு குழந்தை கொண்டுவந்திருக்கிறேன்".

"ஓ! என் அன்பே!" குழந்தை கிந்தாரோவை கையில் ஏந்தி அம்மா கரடி மகிழ்ச்சியோடு சொன்னது. மறுபடியும் அன்பு செய்ய ஒரு குழந்தை கிடைத்ததில் மிகவும் மகிழ்ந்தது. அம்மா கரடி கிந்தாரோவை மிகவும் நன்றாகப் பார்த்துக்கொண்டது. நாள்கள் ஆக ஆக, அவன் வளர்ந்து பெரியவனாகவும் பலசாலியாகவும் ஆனான்.

தந்தை கரடி காட்டின் அரசர். காட்டில் உள்ள அனைத்து விலங்குகளும் அடிக்கடி வந்து பழங்கள், கொட்டைகள், தேன் உள்ளிட்டவற்றை பரிசாகக் கொடுப்பது வழக்கம். அந்நேரங்களில், ஒவ்வொரு முறையும், குழந்தை கிந்தாரோவை வெளியே கொண்டு வந்து மற்ற விலங்குகளுக்கு தந்தை கரடி காட்டும். மிகவும் பெருமையாகச் சொல்லும், "பாருங்கள்! எவ்ளோ அழகாக இருக்கிறான் இந்தக் குழந்தை! ஒருநாள் காட்டின் அரசராக என் இடத்தில் இவன் இருப்பான்".

தந்தை கரடியும் தாய் கரடியும் மிகவும் மகிழ்ந்திருந்தார்கள். தாய் கரடி, கிந்தாரோவுக்கு கரடி

பால் கொடுத்து வளர்த்தது. தந்தை கரடி எப்படி மல்யுத்தம் செய்வது என்பதைக் கற்றுக்கொடுத்தது. ஐந்து வயது வந்தபோது, குரங்கில் தொடங்கி நரி, வளைக்கரடி வரை மல்யுத்தத்தில் அனைத்து விலங்குகளையும் கிந்தாரோவால் வெற்றிகொள்ள முடிந்தது.

அவர்கள் அனைவருக்கும் அவனை மிகவும் பிடித்தது. அவனுக்கு அவர்கள் உதவினார்கள். அவர்களால் முடிந்தவரை அனைத்தையும் அவனுக்குக் கற்றுக்கொடுத்தார்கள். சில மாதங்கள் எடுத்த கடினமான பயிற்சியினால் மான் மாமாவிடமிருந்து நிலத்தில் எவ்வாறு வேகமாக தாண்டுவது என்பதைக் கற்றான். மேலும், காட்டு ஆடு போல எவ்வளவு செங்குத்தான பாறையிலும் விரைவாக ஏறினான், அகலமான ஆறுகளைத் தாண்டினான், முயல்போல விரைந்து ஓடினான், நீர்க்கீரிபோல நீந்தினான். இரவில் ஆந்தைபோல பார்க்கவும் முடிந்தது.

கிந்தாரோவுக்கு எட்டு வயது வந்தபோது, காட்டின் அரசரான தந்தை கரடி நோயுற்றது. மிகவும் வருந்திய கிந்தாரோ, காடு முழுவதும் சென்று தந்தைக்காக உணவும் பழங்களும் சேகரித்தான். ஆனால், எதுவுமே குணமளிக்கவில்லை. தந்தை கரடியின் நோய் தீவிரமானது.

ஒருநாள், தந்தை கரடியைப் பார்த்துக்கொண்டு குகையில் கிந்தாரோ இருந்தபோது, மூர்க்கமான, அசிங்கமான ஓநாய் ஒன்று வாசலில் தன் தலையைக் காட்டியது. தன்னுடைய பல்வேறு நண்பர்களுடனும், பணியாளர்களுடனும் வந்திருந்தது. நோயுற்று வலுவிழந்து படுத்திருந்த கரடியைப் பார்த்து, "ஏய், வயதாகி நீ வலுவிழந்துவிட்டாய்! நீ எதற்கும் பயன்படமாட்டாய். இப்போது முதல், நான் இந்தக் காட்டின் அரசராகப் போகிறேன். வா, வந்து நான்தான் புதிய அரசர் என்று எல்லாரிடமும் சொல்" என்றது.

நோயுற்ற கரடி தலையை உயர்த்தி ஓநாயைப் பார்த்தது. "உன்னைப் போன்ற நயவஞ்சகன் ஒருபோதும் அரசராக முடியாது" என்றது.

"அப்படியென்றால் சரி!" என்ற ஓநாய், நான் உன்னுடன் மல்யுத்தம் செய்கிறேன். நான் வெற்றி பெற்றால், நான்தான் புதிய அரசர் என நீ ஒத்துக்கொள்ள வேண்டும்" என்றது.

ஓநாயுடன் மல்யுத்தம் செய்ய தந்தை கரடி தன் கட்டிலில் இருந்து எழுந்தது. கிந்தாரோ சொன்னான், "நீங்கள் நோயுற்றிருக்கிறீர்கள், தந்தையே. தயவுசெய்து, உங்கள் இடத்தில் இருந்து இந்த ஓநாயுடன் மல்யுத்தம் செய்ய என்னை அனுமதியுங்கள்."

"இல்லை, இல்லை," என்ற தந்தை கரடி, "நான் இப்போதும் அரசன். ஆணவம் பிடித்த ஓநாயை இப்போதும் என்னால் அடித்து விரட்ட முடியும்" என்று சொன்னது.

கரடியும் ஓநாயும் சண்டையிட தொடங்கினார்கள். கரடியானது, விரைவிலேயே ஓநாயை தன் வலுவான கைகளில் பற்றி உயரே தூக்கி, "இப்போது, எப்படி இருக்கிறது. தோல்வியை நீ ஒப்புக்கொள்ளவில்லை என்றால் ஓடும் நீரில் உன்னை தூக்கி எறிந்துவிடுவேன்" என்றது.

அவ்வேளையில், ஓநாயின் அனைத்து நண்பர்களும், பணியாளர்களும் சண்டைக்கு குதித்தார்கள். அவர்கள் அனைவரும் கரடியை தரையோடு வைத்து அழுத்தினார்கள். எவ்வளவு ஆற்றல் இருந்தும் கரடியால் எழமுடியவில்லை.

"ஓ! கோழைகளே!" கிந்தாரோ கத்தினான். அவனும் சண்டையில் குதித்தான். கைகளை வீசி ஒவ்வோர் ஓநாயாக அடித்தான். அனைத்தும் பயந்து காட்டுக்குள் ஓடும்வரை அடித்தான். அவர்களின் தலைமைக் கரடி, அனைவரையும்விட வேகமாக ஓடியது.

"என்னை காப்பாற்றியதற்காக நன்றி கிந்தாரோ" என்றது தந்தை கரடி. "நீ சிறப்பாக செயல்பட்டாய். இன்றுமுதல் இந்தக் காட்டின் அரசராக உன்னை நான் நியமிக்கிறேன். மற்ற எல்லா விலங்குகளையும் நீ நீதியோடும், புத்திசாலித்தனத்தோடும் ஆட்சி செய்ய வேண்டும். ஓநாய்களிடமிருந்து காப்பாற்ற வேண்டும்" என்றது. இப்படி சொல்லிவிட்டு தந்தை கரடி சுருண்டு விழுந்து இறந்தது.

இப்படியாக, கிந்தாரோ, காட்டின் அரசன் ஆனான்.

இவ்வளவு நாட்களாக, கிந்தாரோ பிறந்த வீட்டில் என்ன நடந்தது?

அவனது பெற்றோர்கள் பல நாட்கள் கிந்தாரோவைத் தேடினார்கள். கண்டுபிடிக்கவே முடியாததால், அவன் தொலைந்துபோய்விட்டான் என்று விட்டுவிட்டார்கள். சில நாட்கள் கழித்து, அவர்களுக்கு ஒரு பெண் குழந்தை பிறந்தது. அக்குழந்தைக்கு மிசுசு என்று பெயரிட்டார்கள். அவளுக்கு ஆறு வயது நடந்தபோது அவளை அருகில் அழைத்து வெள்ளை பவளத்தால் ஆன நகையை, அவளின் கழுத்தில் தொங்கவிட்டார் அம்மா.

"நான் சொல்வதைக் கவனமாக கேள். நீ ஒருநாளும் மறக்கவே கூடாத ஒரு முக்கியமானதை நான் சொல்கிறேன். நீ பிறக்கும் முன்பாக உனக்கு ஒரு சகோதரன் இருந்தான். அவன் பெயர் கிந்தாரோ. ஆனால், அவனை கரடிகள் திருடிச் சென்றுவிட்டன" என்றார் அம்மா.

"அண்ணனா! ஆகா! அவரைப் பார்க்க வேண்டும்போல இருக்கிறது" என்றாள் மிசுசு.

"அவன் கழுத்தில் பவள நகை அணிந்திருப்பான். நீ அணிந்திருப்பதுபோன்றே இருக்கும். வித்தியாசம் என்னவென்றால், வெள்ளைக்குப் பதிலாக சிவப்பாக இருக்கும். என்றாவது ஒருநாள் - அவன் இப்போதும் உயிருடன் இருந்தால் - நீ அவனைப் பார்க்க நேர்ந்தால் இதை வைத்து அடையாளம் கண்டுகொள்ளலாம்" என்றார்.

சில நாட்கள் கழித்து ஒருநாள், பழங்கள் பறிப்பதற்காக மலைப்பகுதிக்கு மிசுசு சென்றாள். நல்ல பழம் கிடைக்கவே இல்லை. பழத்தைத் தேடித் தேடி காட்டில் தொலைதூரம், அதுவரை அவள் சென்றிராத இடத்தை சென்றடைந்தாள். அங்கே, அழகான அருவியைக் கண்டாள். அருவியின் அடியில் இருந்த குளத்தில் கரடியுடனும், குரங்குடனும் மற்றும் சில விலங்குகளுடனும் விளையாடிக்கொண்டிருந்த எட்டு

வயது சிறுவனைக் கண்டாள். அவள் உற்று பார்த்துக்கொண்டிருந்தபோது, திடீரென அவனது கழுத்தில் தொங்கிய சிவப்பு பவள மாலையைக் கண்டாள்.

"ஓ! இது என் அண்ணன் கிந்தாரோ" என்று சொன்னவள், "கிந்தாரோ! கிந்தாரோ!" என்று சிறுவனை நோக்கி கத்தினாள்.

காட்டின் அரசரான கிந்தாரோ, மனிதக் குரலைக் கேட்டு ஆச்சர்யப்பட்டான். இதற்கு முன்பு எப்போதாவது கேள்விப்பட்ட சத்தமா என்பதை அவனால் நினைவுக்கு கொண்டுவர இயலவில்லை. அவன் நிமிர்ந்து, செங்குத்துப் பாறைக்கு மேலே, மிசுசு நிற்கிற இடத்தைப் பார்த்தான். அவனால், மனிதர் பேசுவதைப் புரிந்துகொள்ள இயலவில்லை. எனவே, என்ன சொல்கிறாள் என யோசித்தபடி அவளை நிமிர்ந்து பார்க்க மட்டுமே முடிந்தது.

அப்போது, திடீரென மிசுசுவுக்குப் பின்புறம் சலசலவென சத்தம் கேட்டது. அவள் திரும்பிப்

பார்த்தபோது. ஓநாய் குதித்து அவளை பற்றிப் பிடித்தது.

"உதவி! உதவி!" என்ற கத்தினாள். ஓநாய் அவளை தூக்கிக்கொண்டு தன் வழியே சென்றது.

"ஐயோ! என்னே கொடுமை. அந்த சிறுமி மலையடிவாரத்தில் வாழ்கிறாள். ஓநாயிடமிருந்து நாம் அவளை கண்டிப்பாக காப்பாற்ற வேண்டும்" என்றது குரங்கு.

எனவே, கிந்தாரோவும் குரங்குகளும் மற்ற அனைத்து விலங்குகளும் விரைவாக செங்குத்துப் பாறையில் தாவி ஏறி, ஓநாயை விரட்டத் தொடங்கின.

ஓநாய், மிசுசுவை தூக்கிக்கொண்டு, மலையின் இடுக்குகளில் ஓடும் ஆழமான நீரோடைக்குக் குறுக்கே இருந்த மரத்தில் தாவி விரைவாக மலைக்குள் சென்றது.

"நில்லு! நில்லு" ஓநாயைத் தொடர்ந்து எல்லாரும் கத்தினார்கள்.

மர பாலத்தை முதலில் அடைந்த குரங்கு, பாலத்தில் விரைந்து ஓடியது. ஆனால், உடனே மரத்திலிருந்த குளவிக்கூட்டைப் பறித்து, குரங்கின் மீது வீசியது ஓநாய். நூற்றுக்கணக்கான குளவிகள் பறந்துவந்தன. எதிர்பாரா தாக்குதலால் வழுக்கி நீரில் விழுந்து, வேகமாக ஓடும் நீரில் பல்டி அடித்துச் சென்றது குரங்கு.

"உதவி! உதவி!" குரங்கு கத்தியது. சரியாக நீந்தத் தெரியாத குரங்கு விரைந்தோடும் தண்ணீரில் அடித்துச் செல்லப்பட்டது.

கிந்தாரோவுக்கு என்ன செய்வதென்று தெரியவில்லை. சிறுமியுடன் ஓடும் ஓநாயைத் துரத்திக்கொண்டு பின்னே ஓடுவதா அல்லது துரத்துவதை நிறுத்திவிட்டு குரங்கைக் காப்பாற்றுவதா? கடைசியாக, தனக்குள் சொல்லிக்கொண்டான், "முதலில் நான் குரங்கைக்

காப்பாற்றுவேன், ஏனென்றால் அவன் என்னுடைய நல்ல நண்பன். பிறகு நான் சிறுமியைக் காப்பாற்றுவேன்."

ஓடையில் குதித்து, அவனால் முடிந்த மட்டும் விரைவாக குரங்குக்குப் பின்னே நீந்திச் சென்றான். மிகவும் கஷ்டமான போராட்டம் அது. கடைசியில் குரங்கைப் பிடித்த கிந்தாரோ அதை கரையில் இழுத்துப் போட்டான்.

மலைச் சிற்றிடுக்கின் மேலேறி வந்தபோது, ஓநாயையும் அச்சிறுமியையும் எங்குமே காண முடியவில்லை. "என்னே அவமானம்! ஒரு நிமிடத்தில் நாம் அவளைக் காப்பாற்றியிருக்கலாம்" என்று சொன்ன கிந்தாரோ, சோகமாக மர பாலத்தில் திரும்பி நடந்தான். அப்போது அங்கு வெள்ளை பவள கழுத்து மாலையைக் கண்டான்.

"அந்த சிறுமிதான் தவற விட்டிருக்க வேண்டும்" என்று குரங்கிடம் சொன்ன கிந்தாரோ, "இங்கே பார் இது என்னுடையதைப் போலவே இருக்கிறது. சிவப்பு நிறத்துக்குப் பதிலாக வெள்ளை நிறத்தில் இருப்பது மட்டும்தான் வித்தியாசம்"

"ஓ!" என்று சொன்ன குரங்கு, "அந்த சிறுமி உன்னுடைய சகோதரியாக இருக்கலாம். உன்னுடையதைப் போலவே அவளும் கழுத்துமாலை அணிந்திருக்கிறாள். அவள் உன்னைப்போலவே இருக்கிறாள்" என்றது.

எப்படியாவது சென்று அவளைக் காப்பாற்றிவிட வேண்டும் எனும் ஆர்வத்தை இது அதிகப்படுத்தியது. எனவே, பெரிய கழுகை கூப்பிட்டு, "பறந்துசென்று சிறுமியைக் கண்டுபிடிக்க முடியுமா பார்" என்றான்.

கழுகு வானத்தின் மிக உயரத்தில் சுழன்று பறந்தது. திரும்பிவந்து கிந்தாரோவிடம் சொன்னது, "மூன்றாவது மலைக்கு அந்தப்பக்கம் ஓநாய்களுக்கு ஒரு கோட்டை உள்ளது. அவர்கள், கோட்டையின் உச்சியில் உள்ள ஒரு கோபுரத்தில் அச்சிறுமியை வைத்துப் பூட்டிவிட்டனர்."

"அப்படியென்றால் சரி, நாம் போய் அவளைக் காப்பாற்றுவோம்" என்றான் கிந்தாரோ.

ஓநாய்களின் கோட்டைக்குப் புறப்பட்ட கிந்தாரோவுடன் கரடி, காட்டுப் பன்றி, சிங்கம், குரங்கு மற்றும் காட்டின் அனைத்து விலங்குகளும் சென்றன. அவர்களுக்கு முன்னே பறந்து கழுகு வழி காட்டியது.

திடீரென கிந்தாரோவிடம் திரும்பி பறந்து வந்த கழுகு, "வேகம்! வேகம்! காட்டில் நெருப்பு பற்றி

எரிகிறது. உடனடியாக நாம் அதை அணைக்கவில்லை என்றால், அனைத்து மரங்களும் எரிந்து சாம்பலாகிவிடும்" என்றது.

ஓநாய்கள் தீய எண்ணத்துடன் நடந்துகொண்டாலும், அவைகளைக் காப்பாற்றவும், இணைந்து செயல்படவும் முடிவெடுத்தான் கிந்தாரோ. ஓநாய்களின் தலைவரிடம் விரைந்து சென்று, "வேகம்! காட்டின் நெருப்பை நாம் அணைக்காவிட்டால், காடு முழுவதும் எரிந்துவிடும். நீங்கள் கண்டிப்பாக வந்து உதவி செய்ய வேண்டும்" என்று கேட்டான்.

கிந்தாரோவின் நற்குணத்தை மதித்து, "சரி" என்று சொன்ன ஓநாய், "அனைவரும் என்னைத் தொடர்ந்து ஆற்றுக்கு வாருங்கள், நம் உடலை ஈரமாக்கிக்கொள்வோம்" என்று தன் கூட்டத்தினரிடம் சொன்னது.

அவர்கள் அனைவரும் ஆற்றுக்குச் சென்று, ஆற்றில் குதித்தார்கள். அவர்களின் முடி முழுவதுமாக ஈரமானவுடன், வெளியே வந்து, ஓடிச்சென்று தீ எரிகிற புற்கள் மீது உருண்டார்கள். புற்களை ஈரமாக்குவதன் வழியாக நெருப்பு பரவுவதைத் தடுக்கலாம் என அவர்கள் நினைத்தார்கள்.

புற்களை விலங்குகள் ஈரமாக்கிக்கொண்டிருந்தபோது விறகுவெட்டிகள் சிலர் மலையடிவாரத்திலிருந்து வந்தார்கள். கிந்தாரோவின் தந்தை விறகுவெட்டிகளின் தலைவராக இருந்தார். நெருப்பு பற்றி எரியும்

பாதையில் இருந்த மரங்களை அவரும் மற்ற விறகுவெட்டிகளும் வெட்டினார்கள். காட்டுத் தீ அணைக்கப்பட்டது. கிந்தாரோவும் அவனைப் பின்பற்றியவர்களும், ஓநாய்களும் நிம்மதி பெருமூச்சு விட்டனர். அப்போது, மிசுசு ஓநாய்களின் கோட்டையிலிருந்து வெளியே ஓடிவந்தாள்.

"அப்பா, நீங்கள் வந்தது மிகவும் மகிழ்ச்சியாக உள்ளது. அங்கே இருக்கிற சிறுவன்தான் என் அண்ணன் கிந்தாரோ. பாருங்கள்! என்னுடைய வெள்ளை பவள கழுத்துமாலை போன்றே அவரும் சிவப்பு பவள கழுத்து மாலை அணிந்திருக்கிறார். அவர் காட்டின் அரசராக இருக்கிறார். விரைந்து வாருங்கள் நாம் அவரிடம் சென்று பேசுவோம்" என்றாள்.

கிந்தாரோ இருக்கும் இடத்துக்கு தந்தையை அழைத்துச் சென்றாள் மிசுசு. கிந்தாரோவினால் மனிதர்களின் பேச்சை புரிந்துகொள்ள இயலவில்லை. தங்களுடன் வீட்டுக்கு வருமாறு மிசுசு சைகையால் வற்புறுத்தினாள். கரடியால் கிந்தாரோ கடத்தப்பட்டு இத்துடன் 10 வருடங்கள் ஆகிறது.

மிசுசு தினமும் அண்ணனுக்கு பாடம் நடத்தினாள். விரைவிலேயே, எப்படி பேசுவது என்று கிந்தாரோ கற்றுக்கொண்டான்.

இப்போது, எப்போதெல்லாம் கிந்தாரோவும் அவனது அப்பாவும் விறகுவெட்ட காட்டுக்குள் போகிறார்களோ, அவர்கள் ஓய்வெடுக்கும் நேரத்தில் மிசுசு அவர்களுக்கு தேநீர் கொண்டு செல்கிறாள்.

இன்றுதான், அவள் தேநீர் கொண்டு செல்லும்போது கிந்தாரோவின் நண்பர்கள் அனைவரும் தேநீருக்காகவும், அரிசி கேக்குகளுக்காகவும் காத்திருப்பதைக் கண்டாள். அங்கே குரங்கு, மான், ஓநாய்கள் மற்றும் நிறைய விலங்குகள் இருந்தன.

அவள் வருவதைப் பார்த்த அனைவரும், "ஓ! அழகு!" என்று கத்தினார்கள். இலையுதிர்கால இலைகள் கருஞ்சிவப்பாக மாறும் அழகான காட்டுக்குள் அவர்கள் அனைவரும் விருந்துண்ணத் தொடங்கினார்கள்.

# சூ.ம.ஜெயசீலன் எழுத்து படைப்புகள்

கீற்று வெளியீடு

01. பச்சைச் சருகுகள்

நியூ செஞ்சுரி பதிப்பகம்

02. மலேசிய வேருக்குள் தமிழர் இரத்தம்

03. ஈழ யுத்தத்தின் சாட்சிகள்

பாரதி புத்தகாலயம்

04. உஷ்... குழந்தைங்க பேசுறாங்க

05. காயம் போற்றும் காவியம்

06. இது நம் குழந்தைகளின் வகுப்பறை

- கவிதை உறவு – 2015 இரண்டாம் பரிசு.
- சென்னை புத்தகத் திருவிழா -2017 *சிறந்த கல்வி நூல் விருது.*
- தமிழ்நாடு ஆசிரியர் கல்வியியல் பல்கலைக்கழகப் பாடத்திட்டத்தில் இணைக்கப்பட்டுள்ளது - *Course EPC-Reading and Reflecting on Texts)*

07. வாழ்வைத் திறக்கும் சாவி

- கவிதை உறவு – 2020 முதல் பரிசு

வைகறை பதிப்பகம்

08. எந்தப் பிழையால் இந்தத் தலைமுறை

09. திருநங்கைகள் : வாழ்வியல் – இறையியல்

10. இஸ்ரேயேல் - அகதிகளாய் அலைந்தவர்களின் வரலாறு

ஆனந்தா பதிப்பகம்

11. புனித பீட்டர் தமியான்

12. புனித சந்தியாகப்பர்

13. அமைதியின் அருளோவியம்: அருளாளர் இரண்டாம் ஜான் பால்

நல்லாயன் பதிப்பகம்

14. புனிதர்களோடு வழி நடக்க வழி நடத்த (மூன்று பாகங்கள்)

நண்பர்கள் வெளியீடு

15. நாவலர் மன்றம்: ஈழத்தமிழ் எழுத்தாளர்கள் வரலாறு

மொழிபெயர்ப்பு

16. நதி வாழ்வு நிறை வாழ்வு - ஆவணப்படம்

17. என் பெயர் நுஜூத், வயது 10, விவாகரத்து ஆகிவிட்டது (டிஸ்கவரி புக் பேலஸ்)

18. என் அன்புக்குரிய குழந்தைகளை விட்டுவிட்டு... (ஜப்பான் இலக்கியம்; நல்லாயன் பதிப்பகம்)

19. ஆன்டன் செகாவ் சிறுகதைகள் (பாரதி புத்தகாலயம்)

20. கொரிய நாட்டு குழந்தைகளுக்குப் பிடித்த கதைகள் (பாரதி புத்தகாலயம்)

21. ஜப்பான் நாட்டு குழந்தைகளுக்குப் பிடித்த கதைகள் பாகம் – 1 (பாரதி புத்தகாலயம்)

22. ஜப்பான் நாட்டு குழந்தைகளுக்குப் பிடித்த கதைகள் பாகம் – 2 (பாரதி புத்தகாலயம்)

## மேலும்,

எட்டாம் வகுப்பு **வளரும் இளமை** நன்னெறி பாட நூலாசிரியர்களுள் ஒருவர்.

www.ingramcontent.com/pod-product-compliance
Lightning Source LLC
Chambersburg PA
CBHW020738160726
47993CB00006B/2501